My Shy But Lovely Assistant

Michelle Erbito

Ukiyoto Publishing

All global publishing rights are held by

Ukiyoto Publishing

Published in 2023

Content Copyright © Michelle Erbito

ISBN 9789357707251

All rights reserved.
No part of this publication may be reproduced, transmitted, or stored in a retrieval system, in any form by any means, electronic, mechanical, photocopying, recording or otherwise, without the prior permission of the publisher.

The moral rights of the author have been asserted.

This is a work of fiction. Names, characters, businesses, places, events, locales, and incidents are either the products of the author's imagination or used in a fictitious manner. Any resemblance to actual persons, living or dead, or actual events is purely coincidental.

This book is sold subject to the condition that it shall not by way of trade or otherwise, be lent, resold, hired out or otherwise circulated, without the publisher's prior consent, in any form of binding or cover other than that in which it is published.

Dedication

Thank you Cedric, Mayang, Augell, Chelle, Katryn, and Theresa, my writing colleagues, for encouraging me to write novels. They aided me by offering helpful advice on my craft. I'd also like to thank my parents for their continuous encouragement since I first started writing novels.

I'd like to thank my college friends as well. I'm grateful for the chance to demonstrate that I can step outside of my personal bubble. I dedicate this to all of the people who believed in love.

Contents

Prologue	1
Chapter 1	6
Chapter 2	12
Chapter 3	18
Chapter 4	24
Chapter 5	32
Chapter 6	40
Chapter 7	47
Chapter 8	54
Chapter 9	60
Chapter 10	67
Chapter 11	73
Chapter 12	77
Chapter 13	82
Chapter 14	87
Chapter 15	93
Chapter 16	99
Chapter 17	106
Chapter 18	112
Chapter 19	118
Chapter 20	124
Chapter 21	130
Chapter 22	136

Chapter 23 142

About the Author *146*

Prologue

"Ikaw talaga ang pinagpapantasyahan sa buong campus. Iba ka talaga Jarred!" namamanghang bulalas ni Theo sa kaibaigan niyang si Jarred. Ito lang naman kasi ang king of the night ng prom nila na ginanap last saturday at hindi maikakailang matunog ang pangalan nito sa mga babaeng schoolmates nila. Hindi lang guwapo si Jarred, matalino rin at athletic kaya kahit sinong babae ay lumuluwa ang mata kapag nariyan siya. Siya rin naman ang representative ng school nila sa National Science Quiz competition.

"Mas gwapo ka naman Theo. Mauuna na pala ako, pupunta lang ako ng library dahil magre-research ako para sa homework natin," wika ni Jarred. Tumango naman si Theo at nagpaalam na rin sa kanya.

Diretso siya agad sa library. Lumapad ang ngiti niya nang makitang kaunti pa lang ang taong naroroon. Tanging librarian lang ang nasa loob kaya kampante siyang makakapag-focus sa pagre-research. Karamihan kasi sa mga babaeng kapwa niya estudyante ay hindi naman talaga nagre-research kapag nariyan siya, walang ibang gagawin ang mga ito kundi ang magpapansin sa kanya kaya wala na siyang ibang magawa kundi ang umiling at magkunwaring hindi niya alintana ang pagpapa-charming sa kanya ng mga babae.

"Aha, gotcha!" Napangiti siya nang mahawakan ang pakay na librong may kinalaman sa physics. Nalalapit na ang quiz competition kaya kailangan niyang magmemorize nang maigi para maipanalo ang kanilang school. Inilapag niya sa table ang libro at tiningnan ang table of contents nito.

"Page 72," aniya habang binubuklat ang pahina ng hawak niyang libro. Nagpatuloy siya sa pagti-take notes at hindi niya namalayan ang isang pares ng matang kanina pa nakatingin sa kinaroroonan niya.

Meanwhile, every time when Leigh Anne saw this guy, daig pa niya ang tumakbo sa isang marathon dahil sa mabilisang tibok ng kanyang puso. Matagal na siyang may crush kay Jarred, sa pagkakatanda niya ay nagsimula ang paghanga niya rito noong nasa 1st year pa lang siya. Iba si Jarred sa lahat ng lalaki. Very approachable kasi ito, magalang, matalino at masayahin ito. Bonus na lang ang pagiging gwapo nito para sa kanya kaya siya napahanga. She dreamed for several years na magkaroon man lang ng time na makausap niya si Jarred pero malabong mangyari dahil nasa 4th year na si Jarred at malapit na ang graduation nito sa kanilang school. Samantalang siya, 3rd year pa lang at kapag nagkakaroon ng events ang school, palaging nakahiwalay ang students depende sa kanilang year. Pagkakataon na sanang makausap niya si Jarred sa prom pero hindi niya nagawa. Hindi kasi siya naka-attend dahil naospital ang nanay niya at siya lang ang inaasahang magbantay hanggang sa paggaling nito. Siya kasi ang panganay sa kanilang magkakapatid at ang bunsong kapatid niya ay nasa murang edad pa lamang. Ang tatay niya naman ay nakadestino sa ibang bansa bilang engineer.

Tamang tama, walang ibang tao sa library at malayo naman ang puwesto ng librarian. Ito na siguro ang pagkakataong hinihintay niya, ang makausap si Jarred at umamin na crush niya ang binata. Bumuntong hininga siya bago ito lapitan.

"Hi Jarred," nahihiyang bati niya. Umangat naman ang mukha nito sa kanya.

"Yes? Bakit mo nga pala ako kilala?" nagtatakang tanong nito.

"Popular ka kasi dito sa school kaya kita kilala," nahihiyang tugon ni LeighAnne.

Napakunot noo si Jarred. "Kung ganoon, ano palang kailangan mo? Itong physics book ba?"

"Jarred, sa totoo lang, matagal ko na 'tong pinangarap eh. Matagal ko nang tinatago ang nararamdaman ko. Gusto ko lang sanang umamin. Kasi eh. Crush talaga kita."

Tanging pagyuko ang nagawa ni Leigh Anne sa pagsiwalat niya ng nararamdaman. Nanatiling blangko ang facial expression ni Jarred. Sanay na si Jarred na makarinig sa mga babaeng schoolmates niya nang ganoon. Pero wala siyang balak makipagrelasyon dahil 16 years old pa lamang siya.

Pansin niya ang pag-blush ng pisngi ni Leigh Anne kaya napailing si Jarred.

'Paano nga ulit i-sugarcoat ang masakit na katotohanan?'

"Miss, hindi ko masusuklian ang pagkagusto mo sakin. Pero puwede rin naman tayong maging magkaibigan," alanganin niyang sagot. At nakuha pa niyang mag-offer ng friendship? Okay lang din, gagraduate naman siya at hindi na niya makikita ang babaeng ito.

Mapait ang ngiti ni Leigh Anne. Hindi nga siya magugustuhan ni Jarred. Walang wala siya kung ikukompara sa mga campus chicks na lumalapit sa binata. Simple lang siya pero alam niyang hindi naman siya ganoon kapangit, hindi pa lang talaga siya hini-hit ng puberty kahit 15 na siya.

'Hindi lang naman itsura ang basehan ng pagmamahal di ba?' binigyan niya pa ng simpatya ang sarili.

"Okay Jarred." Parang dumilim ang paligid dahil sa kanyang disappointment. Pero hindi siya patatalo, basta ang alam niya, mahal na niya si Jarred.

"Jarred—"

Basta na lang niyang hinila ang kuwelyo ng uniform ni Jarred at hinalikan ito sa labi. Pagkatapos ng pagnanakaw ng halik, tumakbo si Leigh Anne. Tangay na rin niya ang librong hawak kanina ni Jarred. Para siyang nanalo sa lotto.

"Sorry Jarred!" bulalas niya habang tumatakbo.

Ilang araw ang lumipas, umugong ang matinding tsismis sa school.

"Hindi na raw makakalaban sa competition si Jarred. May nagawa siyang iskandalo," sambit ng schoolmate ni Leigh Anne habang nakatanga siya sa school cafeteria.

Minabuti niyang gawin ang palihim na pakikipag-usyoso sa mga nag-uusap.

"Iskandalo?"

"May nakahalikan sa library, junior high student. Mas bata ng isang taon sa kanya. Sabi na nga ba eh, mga playboy ang poging katulad niya. Akala ko pa naman galing siya sa isang conservative na pamilya."

Tila gumuho ang mundo ni Leigh Anne. Alam niyang siya lang naman ang posibleng tinutukoy na junior high student na kasama ni Jarred. Kung siya man iyon, nangangahulugan na nasira niya ang imahe ng kanyang crush.

Chapter 1

"Congrats Howie!" masiglang bati ni Jarred kay Howie nang matagpuan niyang prente ng pag-upo nito sa swivel chair. Kababalik lamang ni Howie galing sa di pamilyar na probinsya kung saan ginanap ang honeymoon nito at ng asawang si Zannie.

"Hindi na ba talaga mababago ang isip mo? Ayaw mo nang maging CEO?" tanong niya saka bumunghalit ng tawa si Howie.

"Alam ko namang gusto mo akong palitan. Wait for papa's announcement later," nakatawa nitong tugon. Dahil magkakaanak na si Howie at nais nang mag-focus sa pamilya, talagang dapat na niyang bitawan ang karera bilang CEO ng Serenity Life. Pero nasa tatay pa rin nito ang desisyon kung paano pipili ng bagong CEO ng kanilang kompanya.

Na-interrupt ang conversation nila sa pagdating ng sekretarya ni Jarred na si Trisha.

"Sir, sorry po sa istorbo. Inform ko lang po kayo na magsisimula na ang meeting after 10 minutes," magalang na sambit ni Trisha.

"Sige susunod na kami," nakangiting sagot naman ni Jarred. Ang alam niya, scheduled na ang announcement sa kung sino ang magiging candidate for CEO position ng Serenity Life. Kampante si Jarred na kasama siya roon. Napaismid naman siya nang tabihan siya ni Josh. As usual, may balak na naman yatang mang-inis ang kanyang colleague sa pamamagitan ng mapang-asar nitong ngiti.

"Gaano ka ka-confident na ikaw ang magiging candidate for CEO position?" tanong pa nito.

"A hundred percent. Why not?" Jarred proudly answered. Sa katunayan, si Josh ang numero unong rival ni Jarred sa SLI, manager din itong kagaya niya pero sa ibang department naman. At si Josh ang isa sa pinararangalan ng SLI bilang best employee kada buwan. Hindi niya maitatanggi na isang threat si Josh sa ambisyon niya.

"Well, let's see. Sure naman ako makakapasok ka, kasi kamag-anak ka ng may-ari," mapang-asar na turan naman ni Josh.

Kusang napakuyom ang mga palad ni Jarred. Sa part na 'yon ay hindi niya maiwasan ma-insecure. Tingin kasi ng iba ay hindi siya masyadong nag-eeffort dahil tiyuhin naman niya ang owner ng Serenity Life na ama ni Howie. Feeling ng iba ay mas pinapaburan siya dahil doon kahit ang totoo'y nagsusumikap siya sa trabahong ginagawa kaya na-promote siya bilang manager. Natunaw ang inis niya kay Josh nang dumating na sa meeting hall si Mr. Fontabella.

"Good afternoon guys, I'm here to announce the two candidates for the CEO position," pormal na panimula nito sa lahat.

"Dalawa lang?"

"Maraming magagaling na managers, supervisors sa Serenity, ah."

Nagsimulang umingay ang hall dahil sa anunsiyong iyon.

"Napagdesisyunan kong dalawa na lamang ang pipiliin dahil magre-reshuffle tayo next month. May mga mapo-promote ngunit wala namang bababa sa rank ng position nila bilang empleyado. I appreciate you all. At kaya dalawa lang ang pipiliin, dahil gusto kong mag-focus sa pag-evaluate. Kapag marami kasi ay baka hindi ko kayanin pa," paliwanag pa ni Mr. Fontafella.

"So expect some changes, ako muna ang magiging CEO temporarily. At ang dalawang napili ko ay kabilang sa mga top employee ng Serenity ay 'yong mga walang absent, walang late at consistent sa trabahong ginagawa. Alam n'yo na kung sino sila."

Naging kampante si Jarred dahil siya naman ang isa sa mga best employee. Kahit hindi pa sinasabi ni Mr. Fontabella ang mga pangalan, malakas ang kutob niya na maisasama siya bilang candidate sa nais niyang posisyon.

"Mr. Jarred Fontabella and Mr. Josh Juan, congratulations dahil kayo ang napili ko na magiging magkatunggali upang masungkit ang posisyong iiwan ng aking anak."

Nagpalakpakan lahat matapos banggitin ang pangalan nilang dalawa. Pero nabahiran ng pangamba ang confidence ni Jarred dahil rival na naman ulit sila ni Josh sa pagkakataong ito.

***

"Leigh Anne, ano nang ganap sa'yo? May work ka na ba hija?"

Hindi ipinarinig ni Leigh Anne ang pag-ismid niya sa bungad ng kanyang Tita Bessy sa kabilang linya. Kada tawag nito mula ibang bansa ay lagi siya nitong kinukulit patungkol sa status ng career niya kaya hindi niya maiwasang ma-pressure.

"Nag-a-apply pa lang ako tita. Hindi ako makapag-focus pa dyan kasi si Klein kailangan ko pang i-supervise sa pag-aaral niya," paglalahad ni Leigh Anne. Ang Klein na tinutukoy niya ay ang kaisa-isang kapatid na kasalukuyang nag-aaral sa kolehiyo. May pagkapasaway kasi ito at napapabarkada sa mga kapwa nito teenager na bad influence.

"Come on, 26 ka na mahihirapan ka talaga niyan. Bakit kasi pinaabot mo pa sarili mo sa ganyang edad bago ka humanap ng stable career? Kung ako sa'yo, dito ka na lang sa Belgium," alok ni Tita Bessy na ilang ulit na rin niyang tinanggihan. Ayaw naman niya talagang mag-abroad dahil bukod sa dapat tutukan ang kapatid ay mahina na rin ang resistensya ng kanyang ama at madalas nang kapitan ng sakit pero nagtatrabaho pa rin para sa kanila. Naulila na sila ng kanilang nanay right after she graduated high school due to colon cancer.

"May trabaho naman po ako tita, hindi ko naman kasalanang ma-endo ako," malungkot na katwiran naman ni Leigh Anne. Well, may trabaho naman talaga siya noon pero napakalayo ng naging career niya sa kursong tinapos niya na Business Administration. Sa mall o stores lang siya natatanggap at contractual pa. Ang masaklap, hindi siya pinahaharap sa customers dahil lagi siyang ina-assign sa bodega bilang checker kaya mahina ang kanyang communication skills at mababa rin ang kumpiyansa sa kanyang sarili.

"Mag-ayos ka sa sunod na araw. Mag-apply ka rito sa kompanyang ito. Ie-email ko ang info. Madali kang makakapasok dahil ako ang backer mo," nasasabik pang pahayag ni Tita Bessy. Tumatawa-tawa pa ito na parang *'ready to eat'* na ang nilulutong plano para sa pamangkin.

"Baka hindi ko po kayanin, baka himatayin ako sa interview sa sobrang kaba," nangangambang katwiran ni Leigh Anne. Paano ba naman kasi, dahil sa mababang self esteem, lagi siyang inuunahan ng kaba sa job interviews kaya bigo siyang ma-hire sa anumang kompanya na apply-an.

"Hindi 'yan, surely, pag nalaman nilang ako ang nag-refer sa'yo, hired ka na agad. Itatawag ko lang 'yan sa kakilala ko, di mo na maitatanong, investor kasi sa kompanyang 'yon ang asawa kong si James," pagmamalaki ng tiyahin sa napangasawa nitong belgian citizen na ubod ng yaman.

"Pero tita—"

"Pero pero ka dyan. Sige na, tanggapin mo na 'tong alok ko, di ba gusto mong tulungan si papa mo? Tawagan kita ulit, aalis lang kami ni hubby. Bye!"

Ihinagis ni Leigh Anne sa bedside table ang phone na hawak. Buti na lang, matibay iyon at hindi nasira kahit tumama ang screen sa corner ng table. Nasapo niya ang magkabilang pisngi at napahiga na lang sa kama.

"Hindi pa talaga ako handa para sa pagbabago," nababahalang sambit niya sa sarili at ipinikit ang mga mata.

Chapter 2

Tiningala muna ni Leigh Anne ang mataas na building ng Serenity Life Corp., bago tuluyang pumasok sa loob nito.

"Leigh Anne, huwag kang kakabahan," habilin niya sa sarili pagtapos ay bumuntong-hininga. Dahan-dahan siyang lumakad patungong reception area dahil hindi siya sanay na magsuot ng three-inch heel.

"Good morning Ms., I have an appointment with Ms. Legarda for a job interview," pormal na bungad ni Leigh Anne sa receptionist.

"For a while Ma'am, tatawagan ko lang siya," sagot naman nito sa kanya. She waited for almost two minutes at the lobby. Muling pinukaw ng receptionist ang atensyon niya nang magsalita ito.

"Ms., proceed daw kayo sa 5th floor, room 3."

Nilaparan niya ang ngiti sa receptionist bago lisananin ang lobby. "Salamat!"

She rushed to the elevator when she realized that there's only five minutes before the time of her scheduled interview with the HR Manager. Nakakahiyang ma-late siya sa interview! Hindi na nga niya alintana ang siksikan sa elevator, she bumped at a tall guy wearing royal blue suit with an alluring scent of his perfume. Napasulyap si Leigh Anne sa lalaki. At 'di inaasahang magigimbal ang buo niyang pagkatao nang mamukhaan niya ang lalaking iyon.

"Jarred?"

Kasabay ng pagtigil ng elevator sa 4th floor ay ang paglabas din ng lalaki. Hindi niya tuloy makumpirma kung kilala niya ba talaga iyon. But her heart skipped beating when she took a glimpse of that guy, the same way she felt every time she saw her first unrequited love. Bumalik sa realidad ang utak ni Leigh Anne nang makarating na siya sa 5th floor na dapat niyang puntahan.

"Siya ba talaga 'yon? Pero anong ginagawa niya rito?"

Nagpatuloy siya hanggang marating ang opisina kung saan isasagawa ang interview na nagtagal ng thirty minutes.

"Feeling ko mababa ako sa written exam, at wala pang kwenta 'yong mga sinagot ko sa HR manager. Hay naku Leigh Anne, tanggapin mo na lang na 'di ka dapat sa trabahong ito," bulong ni Leigh Anne sa sarili makalipas ang ilang minutong paghihintay ng result sa exam niya. Napatingin siya sa gilid, isang kapwa babae na job hunter din ang nandoon. Pero mukhang may confidence siyang nakikita sa mukha nito.

"Ang hirap ng exam ano?" approach niya sa babae habang nakangiti.

"Not really. Natapos ko nga within 10 minutes kahit 30 minutes ang palugit ni HR," pagyayabang nito.

"Buti ka pa, hindi ka nahirapan," alanganing sambit pa ni Leigh Anne.

"If you finished bachelor degree course naman, bakit ka mahihirapan?"

Napasinghap siya. "Ako kasi to be honest, kahit naman nakapagtapos ako, mahina pa rin ang utak ko. So, good for you. Sana makapasa ka."

"I know, sana ikaw din," pakli nito sabay ang tipid na ngiting hilaw.

"Leigh Anne Gerona"

Napatayo kaagad si Leigh Anne sa pagtawag ng hr manager. "Yes Ma'am?"

"Halika, idi-discuss ko sa'yo ang result ng exam mo."

Kinakabahang lumapit si Leigh Anne sa HR head. Ngayon pa lang, inaasahan na niyang hindi siya pasado sa job application na ito.

"Dideretsahin na kita Ms., ang baba ng score mo sa exam. Aside from that, hindi ka rin confident sa pananalita mo. And sa resume mo, makikitang wala ka pang experience sa office job. Pero dahil ni-recommend ka ni Ms. Bessy na wife ng isa naming loyal investor, ico-consider ka na lang namin. So, welcome to Serenity Life." Bakas man ang sarkasmo sa tinig ng HR manager na si Ms. Legarda, iniabot pa rin niya ang palad upang makipagkamay kay Leigh Anne.

"T-thank you Maam." Leigh Anne kept a grin on her face, kahit parang dinudurog na ang puso niya dahil sa pagprangka ni Ms. Legarda. Nakipagkamay pa rin siya, as a sign of professionalism na lang.

"Diretso orient na rin ang gagawin ko Ms. Gerona. Wala kang department na mapupuntahan, kasi i-a-assign kita bilang assistant ng isang top employee na running for CEO position," paliwanag ni Ms. Legarda.

"Okay po Maam," magalang na sambit ni Leigh Anne.

"Ang gagawin mo lang, sundin ang inuutos niya sa'yo. Mayro'n pa rin namang magtutyro sa'yo na isang senior officer. Hindi ka dapat kabahan. Ang magiging boss mo, halos kaedad mo lang. And wait, sa pagkakaalam ko pareho kayo ng pinasukang high school."

Umarko naman ang kilay ni Leigh Anne. Sino kaya ang tinutukoy ni Ms. Legarda? Pakiwari niya tuloy ay si Jarred na iyon dahil ito lang naman ang nakita niya sa elevator na pwede niyang kapareho ng school. Kung tama nga siya, masasabi niyang napakaliit ng mundo. Magkahalong tuwa at kaba ang lumulukob sa kanya kung si Jarred nga ang kanyang makakatrabaho sa Serenity Life. Tuwa dahil sa wakas, makikita na niya ang una niyang pag-ibig at kaba, dahil alam niya na siya ang dahilan kung bakit ito napahiya sa campus nila noon.

"Ano po bang pangalan niya? Baka po magkakilala kami?" tanong naman ni Leigh Anne.

"Jarred Fontabella. Do you know him?"

Nanlaki ang mga mata niya, halos lumuwa na nga iyon dahil sa pagkagulat.

"Y-yes maam," she nervously uttered.

"Tamang-tama naman pala eh. Magkakilala na kayo, hindi na kayo mahihirapang mag-adjust sa isa't isa," komento naman ni Ms. Legarda.

"Actually, kilala ko po siya. Pero hindi niya ako kilala. At masyadong malaki ang school namin noon," paglilinaw naman ni Leigh Anne.

"Okay then. Siguro talagang popular si Jarred, sa gwapo ba naman niya eh. Di ba, guwapo siya? At matalino?" may halong kilig na pahayag ni Ms. Legarda.

"Opo Ma'am. Guwapo nga siya." Lihim na ngumiti si Leigh Anne. Now, she has the main reason that she can hold on to this job, aside from the fact that she badly needs it to meet her ends too.

***

Habang si Jarred naman, kinakabahan pa rin dahil bigla silang ipinatawag sa meeting para sa kompetisyon nila ni Josh sa pagiging CEO.

"Ngayon ninyo makikilala ang mga assistant ninyo. Tama, binibigyan ko kayo ng assistant dahil may activities ako na ipapagawa at kailangan ninyo ng assistant."

Nagkatinginan ang magkatunggaling sina Jarred at Josh matapos na marinig ang anunsyo ni Mr. Fontabella, silang tatlo lamang ang kasalukuyang nasa loob ng conference room.

"Excuse me, sir. May sekretarya na ako, si Trisha. Bakit kailangang magpalit pa?"

"Dahil nga sa reshuffling. Okay?" sagot ni Mr. Fontabella.

Ilang saglit ay may tinawagan muna sa telepono si Mr. Fontafella. "Delly, papasukin mo na ang newly hired employees natin."

Kapwa napalingon sina Jarred at Josh nang bumukas ang pinto. Dalawang female employees ang pumasok at hindi maitatago ang kaba ng mga ito kahit pa nakangiti. Ngunit napansin ni Jarred na pamilyar ang isang employee sa kanya. He raised his brows when he recognized that lady.

Paano ba niya makakalimutan ang babaeng nagnakaw ng kanyang first kiss noong high school pa lamang siya? That same girl na naglagay sa kanya sa matinding kahihiyan noon?

"That girl in the library, ikaw nga," sa isip-isip niya habang tinapunan ng mapanuring tingin si Leigh Anne. Until now, he hated her. Kung hindi sana ginawa ni Leigh Anne iyon, hindi sana siya mapapahiya at hindi sana magkakaroon ng bad reputation sa buong school. He graduated nang hindi pa rin tinatantanan ng tsismis tungkol sa kanilang dalawa.

Chapter 3

Flashback:

"Wow, may first kiss na si Jarred!" panunudyo ni Theo sa kaibigang abala sa pagbabasa ng libro habang nagla-lunch sila sa canteen. Napaismid si Jarred sa panunuksong iyon.

"Magaling Theo, nakuha mo ang atensyon ko. Pero alam mo naman kung anong nangyari after that," seryosong sagot niya nang hindi binabali ang tingin sa librong binabasa. Dapat siyang mag-focus ngayon dahil nalalapit na ang 4th grading period, mini-maintain niya ang mataas na grado dahil hindi siya puwedeng malaglag sa honors at graduating na rin siya sa school year na ito. Ngunit sa kabilang banda, labis siyang nanghihinayang sa pagkalaglag niya sa competition ng school dahil kay Leigh Anne.

"Usap-usapan na kaya 'yon sa campus. Ang lakas ng loob ng babaeng 'yon ah, maraming may crush sa'yo pero hanggang pag-amin lang pero ang babaeng 'yon may kasama pang halik. Ibang klase!" dagdag na pambubuska ni Theo. Several minutes, napaangat na rin ang tingin sa kanya ni Jarred at padabog na ibinagsak sa mesa ang libro.

"Wala akong pakialam sa kanya, lilipas din 'yon. Pero naiinis talaga ako," katwiran ni Jarred para sa ikatatahimik ng kaibigan ngunit hindi naman ito nakumbinsi sa kanyang paliwanag.

"Bakit kaya hindi mo na lang klaruhin ang side mo. Sabihin mo na wala namang proof," pakli naman ni Theo.

"Hindi na kailangan Theo. Mas kailangan kong magseryoso sa pag-aaral. Mas okay na nga yun na may iba nang papalit sa'kin bilang representative. Although, nakapanghihinayang pa rin. Kaya ikaw, mag-aral ka na rin kasi minsan ang hirap mong turuan," iritableng sagot ni Jarred.

Napanguso naman si Theo. "Okay. Pasensya na, gusto ko lang naman magka-lovelife ka na, parang ang lungkot naman kasi kapag walang inspirasyon."

"Inspired ako, sa mga magulang kong supportive. Ayos na ba? Mag-aral ka na nga," pagkaklaro ni Jarred na sa kabilang banda ay naguguluhan kung talaga bang inspired siya sa ginagawang pagpe-pressure ng kanyang mga magulang.

Since Leigh Anne stole a kiss from him, mas lalong umingay ang pangalan niya. Noon pa siya hindi kumportable sa pagiging popular niya sa school, mas lumala pa ngayon lalo na sa naging usap-usapan tungkol sa kanila. He didn't think about revenge. Ang naisip niya lang ay kausapin ang babaeng 'yon at ipaintindi na hindi tamang nakawan ng halik ang sinuman, regardless of the gender. Kawalang respeto kasi iyon.

Kaya naman nang matapos ang oras ng pagre-review, minabuti niyang hintayin na lang din ang oras ng uwian ng third year students. Nandoon siya sa hallway ng 3rd year high classrooms. Mabuti at nakita niya rin kaagad si Leigh Anne. Madali niya itong namukhaan dahil sa kulot nitong buhok na natural ang pagka-brown. Nang makita siya nito ay mukhang umiwas pa, sumubok kasing dumaan sa ibang hagdan na hindi siya makakasalubong.

Though it seems to be awkward, siya na ang lumapit. Pinagtitinginan pa sila ng ibang estudyante.

"Ms., mag-usap nga muna tayo," kalmadong bungad ni Jarred.

Pumayag naman si Leigh Anne kaya pumuwesto sila sa gilid ng hallway na kaunting estudyante lang ang dumadaan.

"Gusto ko lang malaman mo na kahit hindi ako galit sa ginawa mo, sobrang naiinis naman ako dahil na-disqualify ako. Hindi mo ba alam na dapat may consent muna bago gawin ang isang bagay? Pwede 'yong harassment. Kahit lalaki ako, hindi tama 'yon. You cry for equality pero kapag kayo ang ninakawan ng halik o nahipuan unintentionally, magagalit pa kayo."

Leigh Anne immediately sense the anger of Jarred. Hindi naman maikukubli ng maamo nitong mukha ang galit sa boses nito. Napayuko si Leigh Anne para itago ang pangingilid ng luha sa kanyang mata.

"Pasensiya na," tanging sambit niya.

"Wala nang magagawa ang pasensya mo. Pero sana hindi na maulit ito. At huwag ka nang lalapit sa'kin."

Mabilis na tumalikod si Jarred. Wala nang ibang magagawa si Leigh Anne kundi ang sundan ng tingin ang lalaking papalayo. It was one of the painful frustration, Jarred reject her indirectly. Alam naman niya kung bakit, hindi kasi siya maganda at hindi siya popular sa school. Nakakahiya nga namang maging tampulan ng tukso dahil obvious namang hindi sila nababagay sa isa't isa. At malaking kahihiyan talaga ang ginawa niya sa binata.

***

Leigh Anne sighed exactly when she reached the hallway area. Para siyang nahilo sa pagkagulat na si Jarred pala ang magiging boss niya. Wala na nga siyang mukhang maiharap noon, paano na lang ngayon? Nakabaon na sa malalim na hukay ang feelings niya para kay Jarred. Ang aim niya ay mag-focus pero mukhang hindi niya magagawa pa dahil gaya ng dati, parang humihinto ang oras kapag nasusulyapan niya ang binata.

"Gwapo pa rin siya at mas makisig na tingnan," usal niya sa sarili. Hindi na kasi patpatin ang katawan ni Jarred 'di gaya noong highschool student pa lang ito.

"Bahala na, kakayanin kong harapin siya," pangmomotivate niya sa kanyang sarili.

Muli siyang humugot ng malalim na hininga at nagpatuloy sa paglalakad.

"Saan ka pupunta? May orientation pa, sumama ka na sa'kin."

Para siyang nakuryente sa sobrang gulat nang magsalita mula sa likuran si Jarred. Hinarap niya ito nang may ngiting alanganin.

"Sorry, hindi ko alam. I mean, hindi ko na kasi naintindihan," pagdadahilan ni Leigh Anne sabay kamot sa ulo.

Jarred frowned. "Hindi puwedeng hindi mo naiintindihan ang mga bagay-bagay na sinasabi sa'yo. Halika na, sa office ko."

Maawtoridad ang tinig ng lalaki kaya naman natatarantang sumunod si Leigh Anne.

"Okay po. Sir," kinakabahang tugon niya sa gwapo niyang boss.

Hangga't sa makauwi ay sinasaulo pa rin ni Leigh Anne ang mga nakasulat na rules sa handout na binigay kanina ni Jarred. Masyadong marami ang nakapaloob pero hindi naman gano'n kahirap intindihin. Laking pasasalamat din niya dahil medyo maluwag pa sa empleyado ang Serenity Life. Si Jarred kasi ang nagsabi sa kanya na simula nang mag-resign ang dating CEO, maraming rules ang nabago. Hindi rin masyadong mahigpit sa dress code ang kompanya pero dahil baguhan pa lamang siya, binilinan siya ni Jarred na magsuot ng formal attire sa bawat araw na papasok siya sa opisina. Bukod sa rules ng kompanya, may mahalagang bahagi sa handout na hindi dapat makalumutan ni Leigh Anne.

Dahil running for CEO position si Jarred, may mga mahalagang paalala na dapat niyang sundin upang hindi masira ang reputasyon at masigurong mapipili ito sa bandang huli. Unang-una, dapat transparent ang candidate at ang assistant nito, sisiyasatin siyang maigi ni Jarred para naman makampante ito na hindi mapupunta ang loyalty niya sa iba, lalo na sa rival nitong si Josh. Pangalawa, dapat panatilihin ng boss at assistant ang magalang nilang pag-uugali sa lahat ng empleyadong makakasalamuha sa Serenty Life at dapat umiwas sa tsismis. Ikatlo, hindi pwedeng ma-late at lumiban nang madalas sa trabaho, basic rule man iyon pero mahalagang pati ang assistant ay hindi nagsasayang ng oras. Kung sakaling ma-late si Leigh Anne, may sanction din ang boss niyang si Jarred. At ang ikaapat, mahigpit na pinagbabawal ang pakikipagrelasyon sa sinumang empleyado ng Serenity Life, basic pa rin— but it doesn't bother her anymore. Natitiyak naman niyang wala nang natira sa feelings niya para kay Jarred. Napakawalan na niya ito pagkatapos ng graduation noong high school sila. At napakaimposible namang pumatol pa sa kanya si Jarred.

"Hindi ko na talaga siya crush. I swear," pangungumbinsi niya sa kanyang sarili.

Chapter 4

"Saglit lang! Sisiksik na lang ho ako!" hindi alintana ni Leigh Anne ang masikip ne jeep at tiniis niyang umupo kahit nahihirapan na dahil ayaw niyang ma-late sa unang araw niya sa SLI. Laking pasasalamat niya dahil hinintuan siya ng tsuper upang makasakay siya.

"Ganito na nga talaga kalala ang traffic, sabi maunlad na raw ang bansa kapag may traffic, well saan banda?" aniya habang nakadungaw sa labas at pinahaharurot ng tsuper ang jeep upang makarating ang lahat ng pasahero sa kanilang destinasyon. Nang makarating sa ikalawang stop papunta sa Serenity Life, mabilis na inamoy ni Leigh Anne ang sarili at napangiwi siya dahil doon.

"Buti na lang may cologne ako, nakakahiyang mag-amoy usok sa office mamaya," sabi niya nang ilabas ang maliit na cologne at iwinisik sa suot niyang blouse.

Nakahinga rin siya nang maluwag dahil nakarating siya sa SLI building bago pa ang oras ng kanyang time in.

"At least 10 minutes early," pampalubag-loob ni Leigh Anne sa sarili niya.

Inilapag niya sa mesa ang bag at nag-time in sa biometrics. Hinanap niya kaagad si Jarred na kanyang boss. Sa totoo lang, nate-tense na kaagad siya kahit hindi pa sila magkaharap.

"Nasaan na kaya siya?"

She shook her head to ease the tension. Malapit na ang oras ng trabaho ngunit wala pa rin si Jarred, mahirap namang tumunganga baka masita siya ng mga superbisor sa kompanya.

"Leigh Anne, sumunod ka sa'kin."

She gasped as she heard the baritone voice. Kanino pa nga ba manggagaling kundi kay Jarred na hinihintay niyang dumating. Napaangat ang tingin niya at tila lumiliwanag ang paligid sa kaguwapuhan nito. Suot ni Jarred ang kulay asul na suit at maayos 'din ang pagkaka-gel sa buhok. Talaga ngang hindi nagbago ang binata sa pagiging presentable since high school pa lamang. She timidly stood up and followed her boss. Napadpad sila sa isang atrium ng SLI building na nagsisilbing lugar kapag may mahahalagang anunsiyo mula sa pinakamataas na officer ng kompanya. Nagtitipon-tipon na rin ang halos isandaang empleyado.

"Good morning everyone, ngayon ay mangyayari na ang pagtatagisan ng galing nina Mr. Jarred at Mr. Josh para sa CEO position na iniwan ni Mr. Howard Fontabella. Ngayon, makakaasa kayo na kakaiba ang challenge na ibibigay natin sa kanila dahil makikita ninyo sila kung paano magtrabaho at gumawa ng alternatives para lumago ang kompanya."

Nagpalakpakan ang lahat sa anunsiyo ni Mr. Fontafella, ang tatay ng dating CEO na si Howard. Magkatabi lamang sina Jarred at Josh at nagkasalubungan ng tingin.

"Goodluck, sana naman hindi ka mag-take advantage dahil lang kamag-anak ka ng CEO," pabulong na pasaring ni Josh kay Jarred. Si Jarred kasi ay pinsang buo ni Howard Fontabella na kilala sa palayaw nitong "Howie".

Dahil nais na mag-focus sa pagbuo ng pamilya at sa bago nitong propesyon bilang professor, naisip nitong ipaubaya ang pagiging CEO ng Serenity Life.

Jarred forced himself to smile.

"Kung nagti-take advantage ako, eh 'di sana ako na ang pumalit sa posisyong naiwan ni Howie, kaso hindi nangyari 'yon dahil gusto kong maging patas sa'yo. Hindi kasi ako 'yong tipo ng tao na gumagawa nang mali para makuha ang desired position niya sa kompanya. Nag-iisip naman ako, ewan ko kung nag-iisip ka," ganti ni Jarred at tinapunan ng mapagbantang tingin si Josh.

Napansin niyang rumehistro ang pagkayamot sa mukha nito at may sasabihin pa sana ngunit narinig nilang nagpatuloy sa pagsasalita si Mr. Fontabella.

"Ngayon, ipakikilala kong muli sa inyo ang dalawang loyal employee ng SLI, si Jarred Fontafella ng marketing dept. at Josh Juan ng Advertising dept."

Nagkatinginan ang dalawa na para bang hindi nagkagirian bago umakyat sa entablado.

Matapos ang pagpapakilala ni Mr. Fontabella kina Jarred at Josh, bumalik na ang lahat sa designated department. Leigh Anne felt so awkward while following her boss inside the office. Napansin niya rin kanina pa ang pagkayamot ni Jarred, hindi niya alam kung dahil ba sa kanya. Samantalang okay naman ito bago magsimula ang announcement ni Mr. Fontabella sa atrium.

"Ang kapal talaga ng mukha ng lalaking 'yon," Jarred mouthed as he threw a crumpled paper on a trash bin. Inis na inis siyang naupo sa swivel chair ngunit natauhan siya nang mapansin na nakatayo lamang si Leigh Anne at tila inoobserbahan ang kanyang kilos.

"Leigh Anne, maupo ka nga muna," utos niya sa kanyang assistant na agad namang sumunod.

"Yes Sir, ano pong mga dapat kong gawin?" tanong pa ni Leigh Anne at hindi maikakaila ang panginginig ng kanyang boses. Sa mga tingin pa lang ni Jarred, parang hinuhusgahan na siya kaagad.

"Nakita mo 'yong lalaki na kasama ko sa stage 'di ba? Iyong magiging kakumpetensya ko sa pagiging CEO?"

Leigh Anne nodded. "Sir, bakit po?"

"Huwag na huwag kang magtiwala sa kanya. Anytime puwede niyang nakawin ang ideas natin sa mga pa-projects na ipagagawa ni Sir Fontabella. Be careful, don't talk to him. Maliwanag ba?"

"Okay, Sir Jarred. Wala pong problema."

"Mabuti naman at nagkakaintindihan tayo, sa ngayon, ipapakita ko muna ang desired projects ng Serenity Life, at kung paano natin gagawin. Kailangan ko ng assistant para dito kaya pakinggan mong mabuti ang instructions ko."

"Sige, makikinig ako, Sir."

Napatikhim naman si Jarred. "Alam mo ba kung bakit mga baguhang gaya mo ang napili bilang assistant?"

"H-hindi ko alam, nagulat na lang 'din ako kasi ito ang ibinigay na posisyon ng HR. Wala pa talaga akong experience sa corporate world. Pero makakaasa ka na madali naman akong matuto," kinakabahang sagot ni Leigh Anne at naglabas ng notes at ballpen para isulat ang mahalagang instructions na sasabihin ni Jarred. Ramdam niya na parang gigisahin siya ng binata dahil alam na nitong kulang ang kaalaman niya sa trabahong pinasok.

"Kasi mukha kang honest, sabi ng HR. At dahil baguhan ka nga, imposibleng isabotahe mo ako. Saka ikaw ang pinili dahil sa reshuffling na nangyari sa kompanya at para na rin maging fair kay Josh," pagtatapat ni Jarred na may kasamang ngiti sa labi niya. Kusang pumalakpak ang tainga ni Leigh Anne dahil sa mumunting compliment kahit alam niya na medyo sarcastic iyon. Hindi naman kasi niya akalaing may positibo pang sasabihin ang HR head na si Mrs. Legarda kay Jarred na halos ayaw na siyang i-consider bilang empleyado at prangkang sinabi pa nito na kung wala siyang backer, hindi talaga siya matatanggap. Bahagya siyang napangiti dahil doon.

***

Na-secure kaagad ni Leigh Anne ang bakanteng mesa sa sulok ng canteen. Naisip niyang kabisaduhin ang mga instruction ni Jarred. Kinunan niya kasi ng litrato ang notes niya at tiningnan iyon sa cellphone habang busy siya sa pagnguya ng pagkain.

"Sana pumasok sa utak ko ang reminders na nakasulat kagaya ng mabilisang pagpasok ng pagkain sa bibig ko ngayon," she mouthed while looking closely at her phone. Napahinto na lang siya dahil may tumikhim at bumulaga sa kanyang harap. Isang lalaki iyon na nakangiti pa.

"Miss, pwede bang maki-share sa table? Pasensiya na, wala kasi akong kakilala rito dahil baguhan pa lamang ako."

"Sige, no problem." Inusog ni Leigh Anne ang tray ng pagkain niya para may espasyo pa para sa pagkain ng lalaki. Hindi na niya masyadong tiningnan ang mukha nito dahil busy siya sa pagbabasa.

"Alam mo Miss, parang natatandaan kita. Magkasabay yata tayo sa interview last time."

Naibaba ni Leigh Anne ang cellphone at tuluyang napatingin sa lalaki na obviously, siya ang kinakausap. She tried to recognize him. After that, she grinned. "Parang natatandaan nga kita, sa exam magkasabay 'din tayo 'di ba?"

"Yes, akala ko hindi ako nakapasa. Mabuti na lang at nakapasa din ikaw. Nasa accounting department ako, ikaw?" natuwang tanong ng lalaki.

"By the way, ako nga pala si Nick." Inabot nito ang palad upang makipagkamay kay Leigh Anne.

Nakipagkamay din si Leigh Anne sa lalaking nagpakilala bilang Nick. Napansin niyang lumapad pa ang ngiti ng binata nang makipagkamay siya. In all fairness, guwapo rin ito.

"Ako si Leigh Anne, assistant ni Sir Jarred," pagpapakilala niya sa sarili.

Nanlaki ang mata ni Nick dala ng pagkagulat at tuwa para kay Leigh Anne. "Wow, kakaiba ka rin. Nakakatrabaho mo na ang isa sa possible future big boss ng Serenity Life. For sure magaling kang sumagot sa interview."

"Hindi naman, sa totoo lang first time ko lang sa ganitong kompanya, wala pa rin akong kakilala bukod kay Sir Jarred, pero ito-tour naman niya ako rito sa buong building dahil kailangan daw namin na maging involve sa mga empleyado," nahihiyang tugon ni Leigh Anne.

"Pareho pala tayong wala pang kakilala. First day pa lang naman kasi, e. Pero sana maging magkaibigan tayo," sagot ni Nick.

"Oo naman, walang problema doon."

"So, puwede rin tayong magsabay sa lunch minsan? Kapag may naging kaibigan ako, ipakikilala rin kita para may circle of friends na tayo rito?" hopeful na tanong naman ni Nick.

"Sure," pakli ni Leigh Anne. Ikinatuwa naman niya ang pagiging taklesa ni Nick. Finally, kahit papaano may pumansin sa kanya at nakipagkaibigan, makakatulong kasi iyon para mabawasan ang boredom sa trabaho.

"Sige, Leigh Anne. See you later," sabi ni Nick at nagpaalam na kay Leigh Anne.

Chapter 5

"Tita Bessy, maayos naman 'ho ang unang araw ko sa SLi, nakakatakot lang talaga ang formality ng mga tao," bungad ni Leigh Anne sa kanyang tiyahin habang ka-video call niya ito.

"Masasanay ka rin hija. Sabi ko naman sa'yo eh matatanggap ka dahil nirekomenda ka namin," sabi naman ni Tita Bessy na halos tumili na sa kaligayahang nadarama para sa pamangkin.

Leigh Anne gulped before she tried to speak up.

"Tita, sa tingin ninyo okay 'yon? Paano na lang kapag nalaman nila na may backer ako? Malamang sasabihin nila na unfair ang pagka-hire ko sa kompanya. Sana talaga hindi nila malaman," nababahala niyang tanong.

"Asus, nag-aalala ka pa sa sasabihin ng iba? Bakit? Dumaan ka naman sa tamang proseso ah. Nag-exam ka rin at sumagot sa interviews, ang nega mo naman," pagkontra ni Tita Bessy.

"Pero, kung hindi sila aware sa recommendation ninyo, hindi nila ako iko-consider," giit naman ni Leigh Anne.

"Leigh Anne, ganito na lang. Tutal na-hire ka na, sabi mo assistant ka ng isang running for CEO, magpakitang-gilas ka lang para naman hindi na nila isipin na unfair ang pagtanggap sa'yo ng Serenity Life."

Napilitang ngumiti si Leigh Anne at bumalikwas sa pagkakahiga sa kama.

"Opo tita, aayusin ko po ang trabaho. Maraming salamat po sa tulong ninyo. Makapag-ipon lang ako, mapapauwi ko na si papa. Tumatanda na rin siya at hindi na dapat pang magtrabaho sa ibang bansa," natutuwang aniya at pinasigla pa ang kanyang boses.

"Ganyan dapat, isipin mo si papa mo na nasa ibang bansa. Goal mo na mapauwi siya para magkakasama na kayo ni Klein. Teka, asan na ang kapatid mong 'yon? Nandyan ba? Pakausap nga ako," usisa ni Tita Bessy.

Napabuga ng hangin si Leigh Anne saka bumangon sa pagkakahiga. "Wala pa rin po siya hanggang ngayon, nasa mga barkada na naman siguro. Napapagod na akong pangaralan siya tita, hindi ko na alam ang gagawin."

Napasabunot siya sa buhok nang sabihin ang katotohanan tungkol sa nakababatang kapatid na si Klein. Nag-aaral pa lang ito sa unang taon sa kolehiyo ngunit napapabarkada at nadadalas ang pag-iinom ng alak. Madalas ding masangkot sa away ang lalaking kapatid at lagi siyang tagasundo nito kapag nababagansya ng pulis. Mabuti na lang at menor de edad pa kaya hindi nakukulong sa mga offenses nito sa batas. Ngunit kahit gano'n, hindi naman bumababa ang grado ni Klein pero hindi pa rin maiwasan ni Leigh Anne na mag-alala dahil sa pag-uugali nito.

"Grabe na talaga, ginawa na nga natin ang lahat. Ano kaya kung ampunin na rin namin 'yan dito sa Belgium? Para naman malayo sa barkada," suhestiyon ni Tita Bessy.

"Kung puwede nga lang po eh, kaso ayaw ko naman po siyang pilitin. Sige na tita, matutulog na po ako dahil maaga pa ang pasok ko bukas," paalam ni Leigh Anne.

"Sige hija, bye."

"Bye po."

Nang matapos ang video call, itinapon na naman ni Leigh Anne sa bedside table ang kanyang cellphone. Tumama na naman iyon sa corner pero hindi nasira. Mabuti na lang at tantyado niya kung gaano kalakas na ibabato ang gamit. Dahil hindi naman siya makaramdam ng antok, may kinuha siyang isang notebook sa drawer na nasa gilid lamang ng kama. Isang notebook iyon na ginawa niyang diary at scrapbook noong high school pa lamang siya. Kapag nalulungkot siya, binabasa niya iyon. It was her diary. Lahat ng hinanakit niya sa buhay ay sinulat niya kaya tuwing nakakaramdam siya ng stress, binabasa niya lang ang bawat pahina nito.

"September 7, 2007:

Diary, gusto ko talaga na masasayang alaala lang ang isusulat ko rito pero isa kasi itong problema at wala akong mapagsabihan. Alam mo ba, wala kaming pambayad sa ospital para mailabas si Mama. Si papa naman gumagawa ng paraan, gusto kong tumulong pero wala akong kakayanan. Kailangan ko pang bantayan si Klein, kailangan na ipaghanda ko siya ng makakain at ihatid sa eskwelahan bago ako pumasok. Mabuti na lang at panghapon ang schedule ko. Ang hirap pala ng ginagawa ni Mama. Siguro sa sobrang pagod niya sa pag-aalaga sa'min kaya siya nagkasakit. Gusto kong tulungan si papa, pero lagi niyang sinasabi na huwag na, kaya na daw niya pero narinig ko ang usapan, isang buwan bago maospital si mama. Mag-a-abroad daw si papa. Sabi nga niya kay mama, sa sunod na dalawang buwan, tuloy na tuloy na siya sa pag-alis. Pero nakapagtataka dahil hindi niya kami sinasabihan tungkol doon. Gusto ko na siyang tanungin."

"September 15, 2007:

Diary ko, may crush na yata ako sa school namin. Isa siyang student na nag-top daw sa national science quiz. Nakita ko na nakapaskil ang tarpaulin na may pangalan at mukha niya. Love at first sight na kaya ito? Parang na-inlove ako agad nang makita ang picture niya. Siya si Jarred Fontafella, nasa 3rd year high school na siya. Ibig sabihin, ahead siya sa'kin ng isang taon. Gusto ko pa siyang makilala, ang guwapo niya at mukha talaga siyang matalino. Pansamantalang makakalimutan ko na yata ang problema."

***

"Mag-iikot tayo sa bawat department, susuriin natin ang workplace nila. We will also conduct interviews for the managers. Bukod sa ballpen at notes, puwede mo ring dalhin ang cellphone mo para i-record na lang ang sasabihin nila. Mas okay 'yon para hindi ka mahirapan."

Alertong tumugon si Leigh Anne sa utos ni Jarred nang kunin niya ang mahahalagang gamit para sa gagawin nilang survey. Isa sa tasks ni Jarred ang pag-explore ng working departments ng Serenity Life, mahalagang maging involve siya doon para maunawaan niya kung paano tumatakbo ang kompanya kung sakaling mapili siya bilang CEO. Nakasunod lamang sa likod niya si Leigh Anne at nakatungo pa rin habang naglalakad sila.

"Tingnan mo nga naman kung sino ang makakasalubong natin."

Kapwa napatingin sina Jarred at Leigh Anne sa pinanggalingan ng boses. Nakita nila ang kampanteng si Josh kasama ang sekretarya nitong si Hilda na baguhan din sa kompanya. At sa pagkakatanda ni Leigh Anne, si Hilda ang nakasabay niya rin sa interview na overconfident na matatanggap. Pareho lang pala sila ng naging boss nito, mukhang mahangin kahit wala pang napapatunayan.

"Ilang department na ba ang na-interview ninyo?" tanong ni Josh.

Napangiti na lang si Jarred kahit alam niyang niyayabangan na naman siya ng katunggali.

"Nagsisimula pa lang kami," pagtatapat ni Jarred.

Napahalakhak si Josh, isang mapang-asar na halakhak at sinabayan pa ni Hilda kaya mas lalong nairita si Jarred.

"Ganoon? Nagsisimula pa lamang kayo? Higit pa sa bente ang department ng Serenity Life, nagc-cramming ba kayo?" pambubuska ni Josh.

"Basta Sir, sampung departamento na ang naikot natin," paggatong naman ni Hilda sa pang-aasar ng kanyang superior.

"Magaling kasi ang sekretarya ko, at may experience sa trabahong pinasok niya rito. Ewan ko na lang sa sekretarya mo," dagdag na pang-asar ni Josh.

Bumilis ang tibok ng puso ni Leigh Anne nang marinig ang insultong iyon. Kaya naman pala galit dito si Jarred, mapagmataas naman pala si Josh at hindi pinag-iisipan ang mga salitang lumalabas sa bibig nito.

Jarred's jaw suddenly clenched when he heard that insult. Napalingon siya kay Leigh Anne na napayuko at halatang itinatago ang pagluha. "Wala na kaming oras na makipag-asaran. Para kasi sa'min, professional kaming tao at hindi na dapat pang pumatol sa childish act na pinapakita mo Mr. Josh Juan, sige good luck sa inyo."

Nilampasan ni Jarred ang dalawang kinabibuwisitan niya. Sumunod na lang din sa kanya si Leigh Anne habang nagpupunas ito ng luha. Nang lingunin ni Jarred si Leigh Anne mula sa kinatatayuan nito, kapansin-pansin ang tahimik nitong paghikbi.

"Ms. Leigh Anne. Punasan mo nga ang luha mo. Hindi mo pwedeng ipakita na mahina ang loob mo. Kapag nakaharap ka pa ng mas tough superiors dito, sinisiguro kong mas malala pa silang mang-insulto," babala ni Jarred na halatang aburido habang nagsasalita.

Walang ibang nagawa si Leigh Anne maliban sa dalawang ulit na pagtango. Lumipas ang buong maghapon na kapwa naging abala sila ni Jarred sa pag-inspect ng bawat department.

Parang sirang plaka pa rin sa utak ni Leigh Anne na insulto sa kanya ni Josh. Gusto niyang kalimutan ang lahat kaya naman ay nag-overtime na lamang siya sa trabaho kahit walang abiso ni Jarred. Hindi na niya ipinaalam ang pag-o-overtime niya dahil natatakot siyang makipag-usap sa binata. Ewan ba niya, malaki na ang pagbabago ni Jarred, marahil sa ibang environment nila ngayon. Kung dati ay madalas na makita niya ang ngiti nito, ngayon naman ay mas lamang pa ang pressure na rumerehistro sa maamo nitong mukha. Palibhasa, palaging nananalo si Jarred sa anumang larangan sa kanilang eskwelahan dati kaya palagi itong nagmumukhang masaya. Ngayon naman, paniguradong na-ch-challenge ito sa aim nito na maging CEO. Iba ang kompetisyon noon kumpara sa kompetisyong kinahaharap nito ngayon.

"Parang hangin lang 'din naman ako sa kanya. O baka hindi na talaga niya ako natatandaan," sambit niya habang kumakamot sa ulo.

Nalulungkot siya sa bahaging iyon. Kung natatandaan siya ni Jarred, maaring mag-open up ito tungkol sa ginawang pagnanakaw niya ng halik noon sa library. Pero imposibleng hindi na siya nito matandaan, kinompronta pa nga siya ni Jarred at hindi naman siya nagparetoke para hindi na nito maalala ang itsura niya. But she also assumed that Jarred probably detested her until now. Siya ang naging dahilan kung bakit nasira ang reputasyon nito sa campus at hindi niya masisi ang binata kung hanggang ngayon, nagtatanim pa rin ito ng galit sa kanya.

"Puwede rin naman na nagpapatay-malisya siya at ayaw niya talaga sa'kin. Sa pakikitungo pa lang niya, alam ko na ang sagot. O kaya, ginagawa niya ang lahat para mahirapan ako at mag-quit na lang."

Napasubsob na lang siya sa desk at nanlulumo para sa sarili. Ilang saglit pa ay itiuon na lamang niya ang sarili sa pagtatrabaho ng reports.

Chapter 6

"Leigh Anne, I mean Ms. Leigh Anne."

Mabilis na napatayo si Leigh Anne nang marinig niya ang boses ni Jarred. She tried to stay formal in front of her boss. Umagang-umaga pa lang kasi, pero ang mukha ni Jarred parang pang-uwian na dahil mukhang stressed na kaagad.

"Yes Sir, good morning po," bati ni Leigh Anne.

"Patingin ng summary of interviews. Kailangan 'yan ngayon." Naupo si Jarred nang hindi man lang tumitingin sa kanya. Nasa laptop lamang ang atensyon nito. Mabilis namang kinuha ni Leigh Anne ang hard copy ng kanyang report at inilagay iyin sa mesa ni Jarred.

"Thanks," pakli ni Jarred at bahagyang nginitian si Leigh Anne. Pero biglang nalukot ang mukha nito nang pasadahan ng tingin ang unang pahina ng report.

"Report ba ito?" diretsahang tanong ni Jarred. Napabuntong-hininga pa nga siya sa nakita.

"Hindi maayos ang indentions ng paragraph. May iilang typographical errors pa. Magkakaiba rin ang fonts. Hindi ganito ang report Ms. Leigh Anne." Kahit dismayado, napanatili pa rin niya ang pagiging kalmado sa harap ng kanyang assistant. Nauunawaan naman niya kasi ito dahil baguhan pa lang at hindi pa siguro familiar sa paggamit ng microsoft word.

Napayuko na lamang si Leigh Anne at unti-unting nanliit sa kanyang sarili. Ito ang unang pagkakataon na galit ang kanyang boss, at baka may susunod pa kapag magkamali na naman siya.

"Sir, sorry," ang tanging namutawi sa kanyang bibig.

"Dito sa corporate world, hindi mahalaga ang salitang sorry Leigh Anne. Kailangan maging maagap para maiwasan ang pagkakamali. Buti na lang tiningnan ko 'to, kasi hindi tayo pwede magpasa ng hindi presentableng report. Kaya kung nagkamali ka at ayaw mo nang aberya, ayusin mo agad o kaya magtanong ka sa'kin kung hindi ka pamilyar," sermon pa ni Jarred at bahagyang napadabog sa kanyang mesa.

"Ayusin natin ito Ms. Leigh Anne, pakita mo nga sa'kin ang soft copy at tuturuan kita." Sa puntong iyon ay napakalma na niya ang sarili.

"Y-yes Sir," sagot ni Leigh Anne at saka mabilis na binuksan ang screen ng kanyang desktop. Nilapitan siya ni Jarred at ito na rin ang nag-edit ng report. Tumabi kasi ito sa kanyang upuan.

"Panoorin mong mabuti ang gagawin kong pag-edit ng report mo. Makinig kang mabuti dahil wala na tayong oras," habilin ni Jarred habang nagtitipa sa keyboard. Napaling ni Leigh Anne sa ibang direksyon ang tingin. Too bad, she can't look straight in front of the computer. Mas nakakawiling pagmasdan si Jarred.

At aminin man niya o hindi, parang kinikiliti ang puso niya sa tuwing nalalanghap niya ang pabango nito habang magkalapit pa rin silang dalawa.

***

"Mag-iisang buwan na ako sa company pero gano'n pa rin si Jarred, masyado siyang pormal kapag kausap ako. Bihira ko lang makita ang ngiti niya at halatang stressed na siya. Bakit bigla na lang akong naging concern?" parang nahihibang na si Leigh Anne na nakikipag-usap sa kanyang sarili. Nakatingin lamang siya sa mataong park at hinihintay ang paglubog ng araw. Nakagawian na niya kasing tumambay sa isang park na malapit sa Serenity Life building. Doon lang siya nakakalanghap ng sariwang simoy ng hangin dahil pakiwari niya ay nakaka-suffocate ang stress sa opisina lalo na't ilang beses na siyang muntik na pagalitan ni Jarred. Mabuti na lang at mas mahaba pa sa pisi ng saranggola ang pasensiya nito pagdating sa kanya.

"Pero Leigh Anne, wala ka nang gusto sa kanya 'di ba? Sobrang tagal na no'n. Puppy love lang 'yon, hindi ka na niya natatandaan pa. Kaya maging professional ka, huwag mong isipin na magkakagusto ka ulit sa kanya." She let out a deep breath.

"Oha, sinong gusto mo?"

Halos mapalundag si Leigh Anne nang makarinig ng pamilyar na boses mula sa likod ng kinauupuan niya.

"Nick? Diyos ko nakakagulat ka naman!" nakangiwing bungad niya kay Nick na una niyang naging kaibigan sa SLi.

"Hindi ba puwede 'yong sa isip ka na lang nagsasalita? Paano 'pag naiinis ka sa boss mo? Talagang isinasatinig mo pa?" pabirong tanong nito.

"Hindi naman siya gano'n ka-strict. Mabait siyang boss, kahit nakakainis na ako, hindi pa rin siya sumisigaw. Gusto ko nga sanang bumawi. Ano ba ang magandang gawin?" tanong pa ni Leigh Anne at dumistansiya nang kaunti upang magbigay ng space kay Nick na makikihati sa upuan.

"Alam mo ba kung ano ang paborito niyang kainin? Favorite flavor niya ng kape? Subukan mo siyang ilibre. Gano'n ang ginagawa ko sa senior accounting staff dahil sa pagiging matiyaga niya sa'kin eh," suhestiyon ni Nick. "Pero sino muna 'yong nagugustuhan mo?"

"Kalimutan mo na nga lang na nagtanong ako." Napatayo si Leigh Anne at akmang iiwas sa tanong na iyon.

"Iyong boss mo ba na guwapo? Siya lang naman ang lagi mong kasama, imposibleng 'di ka ma-fall doon," pambubuyo ni Nick.

"Hindi kaya," tanggi ni Leigh Anne na pinarisan niya ng paulit-ulit na pagtirik ng mata.

"Normal lang naman na may magustuhan sa Serenity Life, ako nga maraming crush pero bawal jowain. Alam mo na, may rules kasi."

"Kaya nga hindi ako puwedeng ma-fall sa kanya."

Bumunghalit ng tawa si Nick dahil sa sagot ni Leigh Anne. "So, it's real? May gusto ka nga sa boss mo?"

"Hinaan mo naman ang boses mo, may ibang taga Serenity Life na tumatambay din dito. Malay mo 'yong mga 'yan na naka-casual attire eh doon lang 'di nagtatrabaho," saway ni Leigh Anne kasabay ng marahang paghampas sa balikat ng kaibigang lalaki.

"Oo, gusto ko nga siya," nahihiyang pag-amin niya sa wakas.

Pinatunog ni Nick ang kanyang dila. "Sabi na eh, may usap-usapan akong narinig mula sa kaibigan ni Ms. Legarda na HR natin, kaya ka nilagay bilang assistant ni Jarred eh kasi pareho pala kayo ng secondary school. At kilala mo na siya."

"Anumang dahilan iyon, sana hindi na lang si Jarred ang naging boss ko. Kahit ginawa na lang akong utusan na tagabili ng lunch at kape, okay na 'yon. Kaso bawal naman akong pumili," pagrereklamo pa ni Leigh Anne.

"Alam mo ba, dapat talaga si Jarred na daw ang magiging CEO at si Josh, ginamit lang siya para masabing may competitor sa CEO position. Kung sa talino, lamang na lamang si Jarred kaso hindi daw bilib ang nanay nito sa kanya na isang board member ng kompanya," paglalahad ni Nick. Napaangat naman ang kilay ni Leigh Anne dahil hindi siya kumbinsido sa tsimis ni Nick.

"Saan naman galing ang tsismis na 'yan? Kabago-bago mo pa lang eh ang dami mo nang nasasagap na tsismis dyan. Nakalagay sa handbook natin na bawal 'yon," nakasimangot na saad ni Leigh Anne.

"Kina Ms. Legarda nga," pagtatapat naman ni Nick habang tumatawa na may halong pang-aasar.

"Nakakalungkot naman na wala pa ring tiwala ang nanay ni Jarred, bakit ba gano'n? Eh si Jarred ang pinakamagaling sa school namin noon." Naaawa si Leigh Anne para kay Jarred, baka hindi naman talaga nito gusto na makamit ang posisyon bilang CEO. She felt bad for him.

"Sa totoo lang, balewala naman talaga ang kompetisyon sa loob ng school, maaring magaling siya doon kasi wala siyang kalaban. Magkaiba sa corporate world, lahat ng tao dapat competitive, kasi kapag napag-iwanan ka, 'di ka uunlad. Iyan ang turo ng tatay ko na nagpasok 'din sa'kin dito," pagtatapat ni Nick na ikinagulat ni Leigh Anne.

"Ikaw? May backer? Hindi ako makapaniwala dahil mukha kang magaling at may experience na sa propesyong pinasukan mo at ibig sabihin lang, mayaman ka rin," bulalas niya. Bakit hindi pa niya napansin noon pa? Mukha naman talagang anak mayaman si Nick at tila wala sa itsura nito ang magpapakahirap sa pagtatrabaho.

"Kaya nga kita in-approach kasi pareho lang tayo. Alam kong magiging mababa lang ang tingin ng iba kapag nalaman nilang may backer ka rin. At alam kong kailangan mo ng kaibigan. Huwag kang mag-alala, hindi lang naman ikaw ang in-approach ko, pati na rin 'yong iba nating kasabay noon sa job interview. Nahanap ko na kung saan ang department nila, makaka-close natin sila maliban kay Hilda na mayabang," turan pa ni Nick.

Natawa na lang sa kanya ang dalaga. "Biruin mo 'yon? Napansin mo ring may something si Hilda."

"Oo naman. Masyado kayang obvious ang pagiging bilib niya sa sarili niya. Kaya kung ako sa'yo, mag-observe ka rin sa paligid mo. Pati 'yong boss mo na crush mo pala. Paano ba 'yan? Good luck sa'yo," panunudyo naman ni Nick.

Chapter 7

"Leigh Anne, bilisan mo. We will proceed to Mr. Fontabella's office!"

Naalarma si Leigh Anne dahil sa lakas ng boses ni Jarred na mukhang kanina pa sa likod at pinagmamasdan kung paano siya maging busy sa pagf-file ng mga dokumentong ihaharap kay Mr. Fontabella.

"Y-yes Sir. Saglit lang po at inaayos ko lang ang—"

"Hindi ba't sinabi kong bilisan mo?" pagalit na tanong ni Jarred. Hindi pa natatapos ang araw na ito ay nag-uumapaw na ang stress na kanyang nararamdaman. Biglaan kasing nagpatawag ng meeting ang tito niya at kasama pa ang nanay niyang si Mrs. Rena na isa sa board member ng kompanya. Apologetic na napangiti si Leigh Anne upang ikubli ang pagkapahiya sa harap ni Jarred. Mabilis naman siyang tumalima sa utos nito.

"Diyos ko. Mas nakakatakot si Sir Jarred ngayong araw," usal niya sa sarili. Inabot ng limang minuto bago nila marating ang meeting venue. Kitang-kita agad ni Leigh Anne ang isang babae na malaki ang pagkakahawig kay Jarred na kasama ni Mr. Fontabella.

"So what I need is the recommendations kung paano i-improve ang department errors. Sabi mo sa'kin

Jarred, maraming delay sa accounting. Maari ko bang makita ang report?" untag ni Mr. Fontabella.

Kaagad namang binalingan ni Jarred si Leigh Anne dahil naihanda naman nito ang nasabing dokumento.

"Pakibigay ang report," bulong ni Jarred sa kanyang assistant.

Natatarantang hinanap ni Leigh Anne sa patong-patong na folders ang tinutukoy na report ni Jarred pero tinambol ang puso niya sa laba dahil wala doon ang pakay.

"Nandito lang 'yon," ani Leigh Anne sa sarili at binabalasa na ang folders na parang mga baraha. Inabot ng isang minuto ang paghahanap ngunit hindi niya pa rin nakita. She noticed that all the people in the meeting office were looking at her.

Napakunot-noo na lang si Jarred. Hindi siya puwedeng magmukhang unprepared dahil bukod kay Josh ay kasama rin sa meeting ang kanyang ina. Ngayon siya dapat magpakitang-gilas pero mukhang nabulilyaso pa dahil sa kapalpakan ni Leigh Anne.

"Wala ba kayong back up?" tanong pa ni Mrs. Rena habang nakataas ang kilay sa anak niyang si Jarred.

"Sorry for the delay. Puwede po bang paunahin muna sa presentation si Josh?" kinakabahang tanong ni Jarred.

"Is it okay with Mr. Josh?" tanong naman ni Mr. Fontabella.

"Of course Sir, we're always prepared," pagmamalaki pa ni Josh at mabilis namang kinuha ni Hilda ang report. Napatayo si Jarred sa upuan at sinenyasan si Leigh Anne upang lumapit ito sa kanya. Saka na siya muling umimik nang makalabas sila sa opisina.

"Ms. Leigh Anne, alam mo bang malaking bulilyaso 'yon? Bakit hindi mo dala lahat? Ang layo pa ng office ko rito. Paano na?" panenermon ni Jarred. Napakagatlabi si Leigh Anne at hindi agad nakasagot. Kaag inangat niya ang kanyang mukha at salubungin ang tingin ng boss niya, baka atakihin na siya sa sobrang tensyon. She's the one at fault pero nadamay pa si Jarred, nakakahiya.

"Sir, wait lang po. Babalikan ko sa office, tatakbuhin ko na lang," suggestion ni Leigh Anne at nakayukong tumakbo palayo sa nagngingitngit na si Jarred. Wala siyang pakialam kahit ilang beses na siyang natapilok sa kanyang three-inch heel habang tumatakbo. Masisisi ba niya ang sarili na huwag mataranta gayong pinabibilis ni Jarred ang pagkilos niya kanina habang inaayos ang mga dokumento?

Saka lamang siya muling huminga nang nasa tapat na siya ng office ni Jarred. Ang file na hinahanap nito ay nasa mesa lang pala at naiwan. May iba pang unnecessary documents pero naisip na lang 'din na dalhin ni Leigh Anne dahil baka hanapin pa.

Nang matapos ang meeting, nagsialisan na ang mga tao sa office ni Mr. Fontabella at tanging si Jarred at nanay nito ang naiwan sa loob.

"Prepared ka ba talaga para sa gusto mong posisyon? Kita mo 'yong palpak mo kanina? Buti 'yon lang dahil kung mas malala pa, alam kong 'di mo naman masosolve kaagad," iritableng sermon ni Mrs. Rena sa kanyang anak. Simula pa noon, pangarap na niya para kay Jarred ang maging CEO, kung tutuusin ay hindi na kailangan ni Jarred ng ganitong uri ng kompetisyon pero siya ang nag-insist. Nakakahiya naman kasi na panghabambuhay na i-bully ng mga taga-Serenity Life si Jarred at sabihing pinapaboran lang ito dahil kamag-anak ni Mr. Fontabella. Bukod doon ay hindi pa sapat ang diskarte nito sa pagtatrabaho kahit aminado siyang matalino ang kanyang supling. She wants a perfect Jarred like in her dreams.

"Nagawan namin ng paraan, ma. Okay na 'yon, may next time pa naman," walang kagana-ganang tugon ni Jarred. He doesn't want to argue this time. Baka lamunin siya ng stress kapag nangatwiran pa. Pressured na nga siya kay Josh, nadagdagan pa dahil sa sariling ina.

"Next time? Kailan? Kapag naungusan ka ni Josh?" Umikot ang mga mata ng ginang at padabog na kinuha ang pagmamay-aring folder sa mesa. "Kung nakinig ka lang sa payo namin ng dad mo. Na i-grab mo ang offer ng tito mo na maging CEO agad at hindi na dumaan pa sa kompetisyong ito."

"Ma, hindi pa ako magaling. I take this challenge to improve—"

"Iyon na nga. Puro improvement ang goal mo, pero hindi ka umuusad. Walang nangyayari. Tila pagong ka kung kumilos. Bahala ka na." Mrs. Rena sighed with full disgust. Hindi na niya matagalang makita ang anak kaya iniwan na niya ito sa opisina.

Napasuntok nang marahan sa mesa si Jarred. Kahit kailan, hindi nakita ng kanyang ina ang mga pagsisikap niya bilang empleyado. Nasanay na kasi ito na nadadaan sa mabilisang proseso ang lahat. Wala siyang kamalay-malay na naririnig ni Leigh Anne ang usapan nilang mag-ina. Naghintay lamang si Leigh Anne sa tapat ng office gaya ng iniutos sa kanya ni Jarred. Nakaramdam siya ng awa para sa binata dahil hindi niya lubos maisip na ganoon makipag-usap ang nanay nito, parang galit at ambisyon na lang ang pinapairal.

"Siguro dahil pressured si Jarred sa sarili niyang nanay kaya gano'n siya kumilos," sambit ni Leigh Anne.

***

Paika-ikang maglakad si Leigh Anne habang palabas na sa office building. Nasira ang kasi takong ng kanyang sapatos dahil sa pagmamadali na mabalikan ang report sa office.

"Sabi ng tindera matibay daw 'tong sapatos. Ilang minuto lang akong tumakbo, tumuklap na at humiwalay na ang takong. Puntahan ko nga siya mamaya," nakangiwing sambit niya nang hubarin ang sapatos sa kanyang mga paa. Wala pa naman siyang baon na tsinelas kaya no choice kundi ang maglakad habang nakapaa hanggang sa bus station pauwi sa bahay.

Maingat naman siya sa paglalakad pero 'di inaasahang makakatapak pa rin siya ng maliit na bubog sa daan. Napaigik siya bigla sa sakit at sumandal sa pader.

"Bakit ngayon pa? Wala rin akong band aid. Bakit naman kasi napakalayo ng tiangge rito? Wala man lang bang tiangge?" Huminga na lamang siya nang malalim upang maibsan ang kirot.

Naupo muna siya sa upuang bakante sa isang waiting shed. Sinubok niyang patigilin ang pagdurugo ng talampakan gamit ang tissue paper pero 'di rin umubra.

"Ano nang gagawin ko nito?" tanong niya sa sarili.

Several minutes later, isang kotse ang bumusina at huminto sa tapat lamang ng kinauupuan niya. Napaangat ang tingin ni Leigh Anne dahil sa nakabibinging busina. Iyon pala, si Jarred ang lalaki sa kotse. Lumabas ito at mabilis siyang sinaklolohan.

"Anong nangyari? Bakit hindi ka nagsabi na nasaktan ka sa work kanina?" may himig panenermong tanong ni Jarred at nakatingin sa paa ni Leigh Anne.

Napakamot-ulo lang ang dalaga. "Hindi naman 'to nangyari sa work. Bago lang 'to, habang naglalakad Sir Jarred."

"Kahit na ba? Nasira ang sapatos mo dahil sa pagmamadali. Sana sinabi mo, mukhang may pilay ka na rin. Tara, samahan kita sa ospital," nag-aalalang sagot ni Jarred. He wanted to get mad for Leigh Anne. She's too resilient. Ikinaiinis niya ang ugaling ganoon. Paano na lang kung may malala pang mangyari, posibleng maapektuhan ang performance nito sa trabaho.

"Wala ka pa ring pinagbago Leigh Anne," Jarred mouthed. Kumunot ang noo ni Leigh Anne at sinalubong ang tingin ng kanyang boss na to the rescue sa kanya, unexpectedly.

"Ako? Kilala mo ako? Sir Jarred?"

He smirked. "Bakit kita makakalimutan? Ikaw ang first kiss ko, ang dahilan ng kahihiyan ko sa school."

Napailing na lang si Leigh Anne. "Sir, sorry talaga sa nangyari noon. Immature pa ako that time."

"Hanggang ngayon naman, immature ka pa rin," pakli naman ni Jarred. "Huwag ka nang tumanga-tanga dyan. Ihahatid na lang kita sa inyo."

"Hindi na po kailangan," tanggi ni Leigh Anne.

"Po?" Bahagyang natawa si Jarred. "Isang taon lang ang tanda ko sa'yo."

"Pero kahit na ba, kailangan pa rin kitang igalang," katwiran pa ni leigh Anne.

"Kung ginagalang mo ako, papayag ka na ihatid kita," suhestyon pa ni Jarred.

Alanganin tuloy ang naging ngiti ni Leigh Anne. Kahit papaano, gumaan ang pakiramdam niya dahil na-open up na ni Jarred ang tungkol sa embarassing past nila.

Chapter 8

"Ikaw ang first kiss ko..."

Parang sirang plaka na nagpaulit-ulit sa isip ni Leigh Anne ang mga sinabi ni Jarred. Nakatitig lamang siya sa kisame sa loob ng isang minuto. At kung hindi pa tumikhim ang bunsong kapatid na si Klein, hindi pa magbabalik sa realidad ang utak ni Leigh Anne.

"Nandito na ako," sambit ng kapatid at binalibag lamang sa sofa ang backpack nito. "Di ba sinabi ko sa'yo na huwag mong hahayaan na maubos ang mga pagkain sa ref? Gabi na, saan ako bibili ng makakain?" sermon ni Leigh Anne.

Napasinghap si Klein. "Eh di ako bibili, may fast food namang malapit, magmo-motor na lang ako."

"Ano kamo? Motor? May lisensiya ka ba huh?" may himig panenermong tanong ni Leigh Anne saka sinundan si Klein sa kwarto nito.

"Mayro'n, student license pa nga lang. Don't worry kaya ko na ate," sagot nito habang nagpapalit ng pambahay na damit.

"Oo nga may lisensiya ka, eh kanino naman ang motor na gagamitin mo huh?"

"Sa barkada."

"Tapos? Paano pala kung hindi rehistrado 'yan? Kung paso na ang OR CR, ano ba Klein huwag mo namang pasakitin ang ulo ko!"

"Hindi ko naman pinasasakit ang ulo mo ate, sa totoo lang sinabihan ko na kayo na huwag na ninyo akong paaralin. Huwag mo na akong problemahin para wala ka na ring problema." Napagtaasan ni Klein ng boses ang ate niya. Minabuti niyang lumabas ulit ng bahay at mag-motor, papunta sa lugar na nagpapagaan ng kanyang loob at siya lang ang nakakaalam.

"Klein!" sigaw ni Leigh Anne at bigo na siyang mahabol ito dahil mabilis nitong napaharurot ang motor. Napabuntong-hininga na lang siya at sumalampak ulit sa sofa. Kahit pinapakita niyang concern siya kay Klein, parang napakailap pa rin nito sa kanya. Bihira lang din itong magsalita at mag-open ng saloobin. Nahihirapan siyang hulihin ang kiliti ng kapatid.

"Siguro mas mahalaga kaysa sa'kin ang kaibigan niya. Masama ba akong kapatid kung lagi ko siyang sinasaway?"

Imbis na kikiligin lang sana siya sa magdamag dahil kay Jarred, naudlot lang iyon dahil sa pasayway niyang kapatid.

***

"Kumusta ang paa mo? Huwag ka munang magsuot ng heels. Understandable naman na mahihirapan kang maglakad." Nang lingunin ni Leigh Anne si Jarred, nakapagtatakang maaliwalas ang mukha nito. Sobrang nakakapanibago pa nga dahil tuwing umaga ay nakabusangot ito at mukhang dinagsa agad ng maraming problema na may kinalaman sa trabaho nila sa Serenity Life.

"Magandang umaga Sir, ayos lang ako. Nailalakad ko na nang maayos ang paa ko," sagot ni Leigh Anne na alanganing ngumiti kay Jarred. Sa hinuha niya ay may good news lang itong nasagap kaya maganda ang pakikitungo nito sa kanya at this morning.

"Sure? Puwede kang mag-leave kung hindi mo pa kaya," mungkahi ni Jarred.

Pumalatak naman si Leigh Anne. "Naku, ang OA ko naman kung magli-leave ako nang dahil lang sa pagkatapilok."

"Sabagay, ang sipag mo nga eh. By the way, salamat sa hardwork. So far, maganda ang feedback ni boss tungkol sa proposal natin. Hindi ko magagawa 'yon kung wala ka. And lately, napansin ko rin na madalas kang mag-render ng oras para tapusin ang pinagagawa ko. I'm sorry if you feel overwhelmed with tasks. Baguhan ka pa lang at dapat hindi kita binigla."

Leigh Anne didn't get why Jarred is apologizing to her. Tatanggalin na kaya siya nito bilang assistant? Siguro nga ay mabuting magtanong na siya kaagad. At hindi na nga siya nag-alinlangan pa.

"Sir, tatanggalin mo na ba ako bilang assistant?"

"Ano?" Natawa si Jarred. Alam niyang naninibago si Leigh Anne sa pakikitungo niya pero gusto lang naman niyang bumawi. He appreciated Leigh Anne's hard work since day 1, at hindi naman siya nababother kung hanggang ngayon ay may pagtingin pa rin ito sa kanya. Sa tingin niya ay wala na, kahit minsan hindi nagawa ni Leigh Anne na magpapansin o magpakita ng motibo. Leigh Anne came only for work, she's timid and has no friends. Parang ang lungkot lang ng sitwasyon nito. Kaya sa kabilang banda, naisip niyang hindi na makatao kung pahihirapan niya pa ito dahil lang sa pagkainis niya sa nangyari noong high school student pa lamang sila.

"Bakit kita tatanggalin? In fact, I give you a chance. At nag-improve ka, kaya mag-i-stay ka bilang assistant ko," Jarred replied with a grin on his face.

"Salamat. Akala ko lang talaga," tensyonadong sagot ni Leigh Anne. Halata pa sa boses nito ang kabang bumalot sa kanya na dapat hindi ipahalata kay Jarred.

"Siya nga pala, saan ka kumakain pag lunch?"

"Sa canteen," nakakunot-noong sagot ni Leigh Anne.

"Puwedeng sabay na tayo?"

"Hindi puwede, may kasabay na akong mag-lunch Sir. Pasensiya na." Hindi siya nakatingin nang diretso sa mata ng lalaki habang sinasabi iyon. Nadismaya siya sa sagot niya. Bakit siya tumanggi kaagad? Dahil lang ba sa kaba? Sa katunayan ay pangarap niyang makasabay na kumain si Jarred kahit walang kahulugan ang pagsasabay nilang kumain.

"Okay then, sino ang kasabay mo?"

"Kaibigan lang sa accounting department."

"Wow, may mga kaibigan ka rin pala rito. Mukha ka kasing tahimik, mabuti naman." Muling naglaro ang mga ngiti sa manipis na labi ni Jarred. Naupo ito sa swivel chair at sinimulan ang pagbabasa ng report. Napaiwas tingin na lang din si Leigh Anne at itinutok sa computer ang mga mata upang ipagpatuloy ang trabahong naiwan kahapon.

Nagpaiwan sa opisina si Jarred nang sumapit ang lunch break. He decided to eat inside his office since he already bought lunch. May pasobra pa sa pagkain niya at balak sanang ibigay kay Leigh Anne pero tumanggi naman ito sa alok niyang magsabay na sila sa canteen.

Napabuntong-hininga siya at tumingin sa bintanang puro building lang din ang matatanaw sa labas. Naalala niya ang advice ni Mr. Fontabella na dapat ay maging malapit siya sa assistant niyang si Leigh Anne dahil napapansin nitong kulang sila sa open cooperation bilang magkatrabaho, pansin na pansin nito na naiilang si Leigh Anne.

"Bakit hindi mo gayahin sina Josh at Hilda? Chill lang sila at mukhang masaya na makatrabaho ang isa't isa? Parang natatakot ang assistant mo sa'yo. Sana maalala mong baguhan lang siya sa industry. Kung gusto mong maging CEO, dapat malawak ang pang-unawa mo sa mga taong nakapaligid sa'yo Jarred," sabi ni Mr. Fontabella matapos ang meeting noong isang araw.

Doon niya napagtanto na hindi na nga maganda ang treatment niya kay Leigh Anne, naisip niya ang posibilidad na mag-resign ito dahil na rin sa stress na dulot niya. When in fact, Leigh Anne don't deserve to be a stress outlet. Hindi makabubuting madamay ito sa pressure niya upang makamit ang CEO position na nanay naman niya talaga ang totoong nangarap para sa kanya.

Chapter 9

Oras na naman ng uwian pero hindi pa rin natatapos ni Leigh Anne ang ibang filings na dapat ayusin sa mesa ni Jarred. Dahil sa pagka-busy, hindi niya namalayang nakamasid pa pala ito at hindi pa nag-a-out.

"Ms. Leigh Anne, bukas na lang 'yan. Umuwi ka na," untag ni Jarred. Mabilis namang nilingon ni Leigh Anne ang lalaki.

"Sir, okay lang po ito, hindi naman ako aabutin ng isang oras. Ako na lang ang magpapatay ng ilaw dito," katwiran naman ni Leigh Anne.

"Okay, ikaw ang bahala. See you tomorrow," sagot ni Jarred at kinuha ang bag na nakapatong sa swivel chair niya. Palabas na sana siya sa office pero bigla siyang may naalala, na dapat niyang itanong kay Leigh Anne. Baka kasi hindi siya makatulog, if he failed to speak up.

"May itatanong nga pala ako," biglang bulalas ni Jarred.

Kusa tuloy na bumitaw sa pagkakahawak sa mga papel si Leigh Anne. "Ano ba 'yon Sir?"

Jarred cleared his throat. "Galit ka pa rin ba sa'kin hanggang ngayon?"

"Sir?" untag ni Leigh Anne sa tanong ng boss. Kunwari'y wala siyang kaalam-alam sa tanong ni Jarred. Bakit kaya nito naisip na may galit siya? Dahil lang ba sa hindi siya nito nagustuhan? Parang napakababaw namang dahilan noon. Eh sa totoo lang, si Jarred pa nga ang dapat na magalit sa kanya dahil sa pagka-pull out nito sa national quiz competition.

"Ah, nothing Leigh Anne. Uhmm... Should I call you by your nickname na lang?" Jarred diverted the topic just to avoid sudden awkwardness between them.

"LA na lang, as in L-A," tugon ni Leigh Anne at muling itinuon ang mga mata sa mga papel na nagsiliparan sa office. She acted like she didn't feel nervous while talking to him.

"Or should I call you Lala?" nakangiting tanong pa ni Jarred.

Ikinagulat niya ang suggestion ng boss. Si Jarred pa talaga ang nagbigay ng nickname. That was unexpected.

"Lala? Okay, kayo ang bahala. Masyado bang mahaba ang pangalan ko?" pinilit ni Leigh Anne ang kanyang ngiti. Ngunit sa loob-loob niya, tila romantic para sa kanya na bigyan pa ng sariling nickname ng lalaking malapit pa rin sa kanyang puso.

"No, in fact— I like your name. Bagay sa'yo, maganda," walang halong pagsisinungaling na komento ni Jarred. Bukod sa pangalang maganda, pati ang nagdadala nito ay maganda naman talaga. In fairness naman kay Leigh Anne, ang laki na rin ng improvement ng itsura nito. Her body is in good shape too. He shrugged, baka masobrahan na siya sa kakatingin sa assistant dahil sa paghanga sa physical features nito. Bakit ba siya nagkakagano'n?

"Okay Lala, uuwi na ako. See you tomorrow," paalam ni Jarred.

Biglang isinara ni Leigh Anne ang pinto ng opisina matapos niyang makumpirma na nakalayo na ang boss niya. Kinapa niya ang kaliwang dibdib, napalakas ng tibok nito.

"Bakit bigla siyang bumait?" she wondered. Pero bigla niyang naisip na ginagawa lang ni Jarred na magpakabait sa kanya dahil sa trabaho.

***

"Hello, Sir I received the email. Yes, we will immediately do our plan," sabi ni Jarred sa kausap niya sa intercom. Nang matapos na siyang makipag-usap ay binalingan niya si Leigh Anne na busy sa pagta-type sa PC nito.

"Lala," he almost whispered. Sinusubukan pa lang niya kasing sanayin ang sarili na tawagin sa palayaw si Leigh Anne.

"Sir?" alanganing imik ng assistant. Napahagikhik naman si Jarred dahil sa nakikita niyang reaksyon ni Leigh Anne, tila nahihiya pa ito sa pinapakita niyang kindness.

"Well, I'm glad that you liked your nickname. Lala, sounds good." Sumimsim pa si Jarred ng isang tasang kape habang nialabi iyon.

"Magdala ka ng notes mo mamaya, may pupuntahan tayo," dagdag pa ni Jarred.

"Okay Sir." Kumuha na agad si Leigh Anne ng isang filler notebook at isinilid kaagad sa bag.

"Lala, puwede bang alisin mo na lang ang formality between us? Puwede mo akong tawagin sa pangalan na lang. Isang taon lang naman ang tanda ko sa'yo."

Ikinagulat ni Leigh Anne ang sinabi ni Jarred. Kay aga-aga pa, parang naiihi na naman siya sa kilig. Parang bumalik na tuloy ang dating Jarred na nagustuhan niya noon. Dapat ba siyang matuwa o hindi?

"Sorry Sir. I will never drop that formality, ikaw ang magiging future CEO ng Serenity Life. Hindi kita pwedeng tawagin sa pangalan mo lang," Leigh Anne insisted. Kahit papaano, sana makumbinsi niya si Jarred. Mahirap malaman kung ano ang naglalaro sa utak nito. Maybe, his sudden change of approach was all because of his ambitions. Siyempre, may reputasyon din itong iniingatan na dapat manatili para sa isang CEO wannabe. Iyon lang ang naiisip niyang dahilan, never siyang mag-a-assume na magkakagusto ito sa kanya. Pinapairal niya lang dito ang professionalism. At isa pa, hinuha niya ay wala nang natirang feelings ang dating Leigh Anne para kay Jarred. Puppy love lang ang naramdaman niya noon.

"Okay. Then I will call you Ms. Lala. It's more formal though," sabi pa ni Jarred saka tumayo sa swivel chair at sumilip sa kanyang wrist watch. "Pupunta lang tayo saglit sa isang coffee shop, somewhere in Ayala street. May dapat lang tayong i-meet na importanteng tao."

"Okay Sir. Ngayon na tayo aalis?" paniniguro ni Leigh Anne.

"Yup. Tara na."

Within five minutes, narating agad nila ang coffee shop kung saan sila may kakapanayaming importanteng tao. Ginalugad ni Jarred ang loob ng coffee shop at napangiti siya nang makita ang kanyang pakay. Nakasunod lang naman si Leigh Anne sa likod niya.

"Good morning Sir Romulo," bati ni Jarred sa isang lalaking nasa late 40's na kung titingnan. Mabilis naman itong nag-angat ng tingin at tumayo sa kinauupuan.

"Oh? Mr. Jarred Fontabella? Maupo ka," sagot nito at nakipagkamay pa.

Tinanggap agad ni Jarred ang pakikipag-shake hands nito.

"This is Leigh Anne, my assistant," pagpapakilala ni Jarred sa kasama.

Nakipagkamay din si Mr. Romulo kay Leigh Anne. Pagtapos magpakilala ay naupo ang tatlo.

"Sir, I'm gonna order 3 cups of coffee for us," ani Jarred at pumunta muna sa counter para mag-order ng kapeng maiinom habang mag-ta-tackle sila ng business plans. Naiwan sina Leigh Anne at Mr. Romulo.

"Gaano katagal ka nang assistant ni Sir Fontabella?" pagbasag ni Mr. Romulo sa namayaning katahimikan sa pagitan nilang dalawa.

Tipid na ngumiti si Leigh Anne. "Mga dalawang buwan na po."

Natawa lang si Mr. Romulo. "Bakit ka naman nagpopo? Bata pa naman ako."

Pakiwari ni Leigh Anne, may ibig ipahiwatig ang lalaki, sa tono pa lamang ng pananalita.

"Pero Sir, para lang po maging formal ako sa inyo," paglilinaw ni Leigh Anne. Ewan ba niya, bigla siyang nangilabot—lalo na't tinapik nito ang kamay niyang nakalapat sa mesa.

"You're pretty and sexy." Tila gusto nang maduwal ni Leigh Anne sa oras na 'yon. Kaya naman pala hindi maganda ang impression niya kay Mr. Romulo, may ibig ngang ipahiwatig ang pagbibiro nito sa kanya.

"Th-thank you," nauutal pang sagot ni Leigh Anne. Nagpatay-malisya na lang siya. Gusto na tuloy niyang umalis sa harapan nito, pero hindi puwede.

Kailangang pakisamahan niya ang importanteng tao daw na handang makipag-usap kay Jarred.

"List down your number, we can be friends," sabi pa ni Mr. Romulo. Umasim tuloy ang mukha ni Leigh Anne.

"Sorry Sir. Hindi ko pa rin matandaan ang number ko dahil kapapalit ko pa lang ng sim," she lied again.

"Okay, si Jarred na lang ang tatanungin ko." Ngumisi pa ang lalaki.

"Pero, bakit Sir?" naglakas-loob siyang magtanong.

"Maganda ka kasi, puwede kitang gawing nobya ko."

Naibuga tuloy ni Leigh Anne ang iniinom na tubig. Sana mabilis na dumating si Jarred at nang maputol na ang usapang ito.

Chapter 10

"Lala, are you okay?"

Nagbalik sa wisyo si Leigh Anne nang tanungin siya ni Jarred habang lulan sila ng elevator pabalik sa office.

"Y-yes Sir Jarred." Napatango si Leigh Anne.

"Seems like you're not. Are you sick?" tanong ni Jarred dahil simula nang mag-start ang meeting sa kliyente nila ay mukhang hindi na okay si Leigh Anne. Nauna itong lumabas sa elevator nang makarating na sila sa palapag kung saan ang office ni Jarred.

Hangga't matapos ang office hours, nanatiling walang kibuan ang dalawa. Pinilit pang ayusin ni Leigh Anne ang minutes of meeting para wala na siyang iisipin kinabukasan. What made her uncomfortable is Mr. Romulo, parang minamanyak siya ng lalaki kanina pero hindi siya makapalag dahil importanteng ka-meeting ito ni Jarred. Dala-dala niya ang balakid na 'yon hangga't makauwi siya sa bahay. Naabutan niya si Klein na nanonood ng TV. Pinasadahan din niya ng tingin ang kabuuan ng bahay, mukhang malinis na at walang kalat.

"Mabuti naman at naglinis ka, sana lagi kang ganyan huh?" bungad ni Leigh Anne sa kapatid.

Tumawa lang ito. "Tingin mo talaga sa'kin napakasama kong kapatid."

"Naninibago lang talaga ako. Wala ka namang ibinagsak na subject huh?" paniniguroong tanong pa ni Leigh Anne.

"Of course, wala. Heto ang prelim grades ko oh." Dali-daling kinuha ni Klein ang report card para ipakita sa kanyang ate.

"Klein, sabihin mo nga, hindi mo 'to dinoktor 'di ba? Pinaghirapan mo talaga ito?" namamanghang tanong ni Leigh Anne. Puro 1.5 hanggang 2.5 na ang grado ng kapatid ngayong semester hindi katulad noon na puro tres. Nanlaki pa ang mga mata niya habang binabasa ang kabuuang grado sa card ng nakababatang kapatid.

"Syempre naman. Alam mo kung bakit ako nagsisigasig ngayon?"

"Bakit nga ba?"

"Sabi kasi ni papa, kapag mataas ang grades ko ipapakuha na niya ako kay Tita Bessy. Ang saya sa ibang bansa, 'di gaya rito na ang init palagi," sagot naman ni Klein.

"Gano'n ba?" nakasimangot na tanong ni Leigh Anne. Hindi naman niya naisip na gugustuhin ni Klein na manirahan sa Belgium. Alam niyang hindi nito kayang iwanan ang mga kaibigan pero siguro nagbabago talaga ang isip ng sinuman kapag nagplano nang maigi sa buhay.

"Ayaw mo ba? Pinagtutulakan mo nga akong umalis na tuwing nagagalit ka," pambubuska ni Klein.

"Siyempre nalulungkot ako kasi mag-isa na lang ako dito. Baka mabaliw ako sa lungkot," pag-amin ni Leigh Anne saka ibinato ang bag sa couch.

Napangisi lang ang kanyang nakababatang kapatid. "Ate, nabasa ko nga pala ang diary mo. Ikaw huh?"

"Ano?" bulalas ni Leigh Anne at nanlisik ang mga mata habang nakatingin kay Klein.

"Naglilinis kasi ako ng kuwarto mo tapos nakita ko 'yon sa ilalim ng kama mo," dahilan ni Klein at ibinigay sa kanyang ate ang diary. "Kaya ba hindi ka makapag-resign kasi boss mo 'yong dati mong crush?"

Mabilis namang pinabulaanan ni Leigh Anne ang kapatid, sakto lang nang makuha na niyang tuluyan ang pinakaiingatan niyang talaarawan.

"Siyempre hindi! Gusto ko lang na lumawak ang experience ko habang nasa Serenity Life pa ako. Kapag nagtagal ako, puwede na akong mag-resign. Saka hindi ko na siya crush."

Napabunghalit ng tawa si Klein. "Talaga ba? Eh ano 'yong nakasulat sa last page? Na naninibago ka dahil bigla siyang naging mabait at baka magkaroon ka ulit ng gusto sa kanya. Mga gano'n, di ba?"

"Nakakainis ka!" pagmamaktol ni Leigh Anne sabay irap sa kapatid bago siya pumasok sa sariling kuwarto. She decided to keep her diary inside her bag. Maigi na lang sigurong dalhin iyon araw-araw kahit hanggang sa pagpunta niya sa office.

***

"Sabi ni Mr. Romulo, gusto raw niya na gumawa tayo ng ads, temang babagay sa clothing line na may advocacy na women empowerment dahil malapit na naman ang women's month," wika ni Jarred habang pinapakita niya ang report kay Leigh Anne. Ilang oras na lang ay makikipag-meeting na naman sila kay Mr. Romulo ngunit sa sarili nilang opisina.

"Okay Sir. Paghahandaan ko po 'yan," wika ni Leigh Anne at napayukong muli. Nagkukunwari lamang siyang okay kahit na sobrang kinakabahan na naman siya dahil makikita na naman niya ang lalaking iyon.

Ilang saglit pa ay nakarinig sila ng pagkatok sa pintuan.

"Probably that's him," ani Jarred at pinagbuksan ang panauhin nilang kumakatok.

"Good afternoon Mr. Jarred Fontabella," bungad ni Mr. Romulo at bumaling din kaagad kay Leigh Anne. "Good afternoon din sa'yo Ms. Leigh Anne."

"Good afternoon Sir," alanganing bati ni Leigh Anne at saka umiwas ng tingin.

"Ah, wait Sir. I'm gonna check some of my staff. Nagpahanda kasi ako ng meryenda for us," Jarred excuse himself to go outside. Nagkaroon tuloy ng pagkakataon na makausap muli ni Mr. Romulo si Leigh Anne.

"Baka naman this time puwede mo nang ibigay ang number mo? May boyfriend ka na ba?"

Napaangat ang tingin ni Leigh Anne kay Mr. Romulo saka niya napagtantong malagkit ang mga mata nitong nakatitig sa kanya. She cleared her throat as she got the urge to speak up.

"Sorry Sir, I came here for work not to talk with someone."

"Importante naman ito ah, saka everytime na may itatanong ako kay Sir Jarred, sa'yo ko na lang ipapaabot. Kasi busy siyang tao," ani Mr. Romulo kasabay ng paghawak niya sa kamay ni Leigh Anne. Madali namang nakaiwas si Leigh Anne at lakas loob siyang tumayo. "Huwag n'yo akong hahawakan!" she yelled and her voice echoed inside the office.

Mr. Romulo clenched his jaw. Puwersahang hinawakan niya ulit ang mga kamay ni Leigh Anne at napatili ito. Ganoong eksena rin ang naabutan ni Jarred.

"What happened?" tanong niya at napatingin sa luhaang si Leigh Anne. Wala pa ngang kalahating minuto pero pakiwari niya ay marami nang naganap habang wala siya.

"Sir, kayo na lang ang mag-meeting," nahihikbing tugon ni Leigh Anne. Natatarantang kinuha niya ang bag niya na hindi pa nakasara nang maayos. Wala na siyang pakialam sa ibang gamit na nahulog, basta naisip niyang makaalis kaagad. Nagmadaling lumabas si Leigh Anne sa office habang hindi pa rin humihinto ang luha sa kanyang mga mata.

Chapter 11

"Lala!"

Habol-hiningang huminto si Jarred sa hallway nang mapagtantong hindi na niya mahahabol pa si Leigh Anne. Di niya maipaliwanag ang labis na takot sa mga mata nito kanina kay bigla itong nag-walkout. Niluwagan niya ang necktie at naisipang bumalik na lang sa office. There, he found Mr. Romulo getting annoyed.

"I-cancel na lang natin ang deal! Napakapangit ng ugali ng assistant mong 'yan!"angil nito at padabog na lumabas. Nahampas tuloy ni Jarred ang mesa nang di oras. Mr. Romulo is a big loss, mahihirapan siyang maghanap ng bagong ka-deal sa advertising project. Last time he checked, patapos na sa proyekto sina Hilda at Josh. Mauungusan na naman siya ng dalawa at mambubuska na naman kapag nalamang failed siya ngayon.

Napayuko tuloy siya at naipaling ang tingin sa sahig. Isang notebook na may kung anu-anong palamuti sa cover nito ang nasa lapag. Suspetsa niya ay babae ang may-ari no'n pero wala namang ibang babae maliban kay Leigh Anne na nasa office niya palagi kaya imposibleng may iba pang tao na makaiwan ng notebook.

Pagbukas niya sa unang pahina ay may nakasulat na "Diary". Naintriga man siyang basahin 'yon pero alam naman niyang pribadong gamit ang isang diary para basahin ng ibang tao. He sighed as he threw it on his table. Napailing siya at nag-dial na lang sa telepono. Si Ms. Legarda na HR officer ang nais niyang makausap.

"Ms. Legarda, pwede mo bang ibigay sa'kin ang information ni Leigh Anne? Pati 'yong pinirmahan niyang kontrata sa SLi," bungad ni Jarred.

"Okay Sir. Dalhin ko d'yan within 5 minutes," sagot ni Ms. Legarda.

"Thank you," he mouthed after he hung up the phone. Naupo siya sa swivel chair at muling napadako ang tingin sa notebook na nasa ibabaw ng mesa. Napailing siyang kinuha iyon at muling binuklat ang kasunod na pahina. Doon niya nakumpirma na si Leigh Anne nga ang may-ari nito. Nahulog yata ang diary kanina nang mataranta itong kunin ang bag at nagkandatapon-tapon ang mga gamit. Napilitan tuloy siyang silipin ang ilalim ng mesa dahil baka may iba pang nahulog na gamit na pagmamay-ari ni Leigh Anne.

Nakita niya kaagad ang lipstick nito na coral red ang shade. Ewan ba niya pero bigla siyang napangiti dahil pumasok sa isip niya kung paano mas nagiging attractive si Leigh Anne kapag nakapahid ang lipstick sa mga labi nito. The thought of her made his heart palpitate. Ilang buwan na rin silang magkasama at inoobserbahan niya lang si Leigh Anne. Si Leigh Anne na yata ang pinakamatiyagang empleyado na nakilala niya sa SLi. Ni minsan hindi niya ito nakitang magreklamo sa mga pinag-uutos niya at hindi naman siya tanga para i-disregard ang pagsisikap nitong mag-adjust. In short, Leigh Anne is more than a hardworking woman and he must appreciate every effort of her. Dapat pala hindi na siya naging harsh sa dalaga. Hindi pa nga umaabot ng isang oras simula nang umalis ito sa opisina, gusto na niya itong makita agad. He wants to punch himself. Bakit ngayon niya lang napagtanto ang kahalagahan ng kanyang assistant?

Malalim na buntong-hininga ang pinakawalan niya at muli na sana niyang babasahin ang diary ni Leigh Anne pero may kumatok naman. Napilitan siyang ikubli ang diary pagkapasok ni Ms. Legarda.

"Sir, heto ang 201 file ni Ms. Leigh Anne," wika nito nang ilapag ang folder sa mesa ni Jarred.

"Thanks," pakli ni Jarred at hinayaang makalabas sa opisina si Ms. Legarda. Kumuha siya ng ballpen at sticky note para kunin ang address ni Leigh Anne. Nakahinga rin siya nang maluwag kahit papaano. Maybe a little talk could solve the misunderstanding, gusto niyang malaman kung bakit ito nag-walkout. Pero sa kabilang banda, naisip niya rin na baka may fault din si Mr. Romulo. Pinatunog niya ang dila dahil may kung anong ideya na pumasok sa kanyang isipan. Makakakaapekto rin sa trabaho niya kung magpapalit siya ng assistant dahil kabisado na ni Leigh Anne ang schedules niya at sanay na rin itong sumagot ng emails. Kaya mamayang gabi, pupuntahan niya ang bahay ni Leigh Anne at magpapaimbestiga siya tungkol naman kay Mr. Romulo. May alas na rin naman siya kung sakaling mag-resign nang tuluyan si Leigh Anne, hawak niya ang kontratang pinirmahan nito.

Muli niyang kinuha ang diary ni Leigh Anne at dumako na siya sa ikatlong pahina. Nakita niya ang petsa, year 2007, probably her first time writing on it. Lumiwanag ang mukha ni Jarred pagkatapos niyang mabasa ang two pages. Pero bakit nagdulot ng kakaibang kilig ang diary ni Leigh Anne?

Chapter 12

"Leigh Anne, nabalitaan ko 'yong usap-usapan kahapon. Talaga bang nag-resign ka na? Bakit naman ang bilis?" sunod-sunod ang tanong ni Nick kay Leigh Anne sa kabilang linya.

Napasinghap naman si Leigh Anne sa mga tanong ni Nick. Kung gano'n kalat na sa buong kompanya ang isyu. Kumalat nang hindi man lang naipararating ang side niya kung bakit siya umalis. Kasalanan din naman niya dahil hindi siya nagsumbong kay Jarred kaugnay sa ginawa sa kanya ni Mr. Romulo.

"Basta, mahabang kuwento. Huwag mo na akong alalahanin Nick. Ayos lang talaga ako. Ayokong ma-stress ka baka sa sunod nating pagkikita, hindi ka na guwapo." Nakuha pa ring magbiro ni Leigh Anne kahit nilalamon na ng kalungkutan ang kanyang puso sa mga sandaling iyon.

"Okay ka lang ba talaga? Kung hindi ka okay, magsabi ka lang huh? Sinu-sino pa ba ang magdadamayan kundi tayong magka-batchmates 'di ba?"

Awtomatikong napangiti si Leigh Anne. Simehow she's moved by Nick's sincerity. Kung hindi lang talaga ito nice sa iba nilang colleagues, iisipin na niyang may pagtingin ito sa kanya.

"Oo na, magsasabi ako. Promise 'yan," wika ni Leigh Anne.

"Aasahan ko 'yang pagtawag mo sa'kin dahil magsasaya tayo ulit doon sa videoke bar na paborito ninyo ni Cassie," tinutukoy ni Nick ang katrabaho nila sa ibang department na ka-batch din pala niya at ni Leigh Anne.

"Oo naman, sige mag-ingat sa trabaho. Bye." Pinasigla niya ang tinig bago putulin ang tawag. She shrugged as she threw her phone on the bedside table. Nakagawian na niyang pagbuntungan ng inis ang cellphone at masuwerte na lang dahil hindi iyon nababasag. Two days na rin ang nakalipas simula nang pag-walk out niya sa SLI. Di na rin siya tinawagan ni Jarred, probably he's disappointed for losing an important person prior to his tasks because of her. Naisip niyang nasira niya ang maganda nitong record at maaring makaapekto iyon sa pagkamit ng CEO position. She badly wants to apologize but the fear is rising up whenever she tries to call or text him. Dahil na naman sa kanya, masisira na naman ang mga pangarap ng binata.

***

Sinalubong ni Jarred ang nanggagalaiti niyang nanay sa tanggapan nito. Nang magtama ang paningin nila ay napailing si Jarred.

"I heard Mr. Romulo cancelled his deal with you, paano na 'yan? Mauungusan ka na naman ni Josh! Saan ka kukuha ng advertising agency for your project huh?" sikmat ng kanyang ina na si Rena. Naibato pa nito ang ballpen sa sobrang inis.

"Ma, I can handle this," pormal na sagot ni Jarred.

"You always say that you can, kahit hindi naman. Papayag ka ba na hindi na Fontafella ang maging CEO? Akala ko ba matalino ka, akala ko ba—"

"Ma, hindi ako matalino. Akala n'yo lang lahat ng expectations ninyo. Kailan ba kayo natuwa sa'kin? Or kilala n'yo ba talaga ako bilang anak ninyo? Nalalaman n'yo ba kung stressed ako? Ni minsan hindi n'yo ako kinukumusta kung okay pa ba ako," lakas-loob na katwiran ni Jarred. Ito ang kauna-unahang pagkakataon na pabalang ang sagot niya sa kanyang ina. Nang makahuma siya ay nakagat niya ang ibabang labi at sinalubong ang nanlilisik na mata ng kanyang ina.

"I'm sorry po," he uttered an apology.

"Get out!" singhal ni Rena.

"Opo, aalis na talaga ako." Tumalim ang tingin ni Jarred at tinalikuran ang ina. Napabuntong-hininga siya nang makalabas siya sa opisina nito. He's been really drained these past few days, aware naman siyang nauunahan na siya ni Josh habang siya ay wala pang nasisimulan sa proyekto. Idagdag pa na wala na siyang assistant dahil sa pag-alis ni Leigh Anne. And speaking of her, bigla niyang naisip na kumustahin ito.

He wants to know the reason why she left, hindi kasi siya kumbinsido na walang ginawang masama si Mr. Romulo kay Leigh Anne. That's the thing, he needed to check Mr. Romulo, ano nga ba ang behaviour nito sa mga babae?

And about Leigh Anne, naisipan niyang bisitahin ito sa bahay para kausapin nang masinsinan bilang isang boss na nagmamalasakit. Pagkatapos ng shift sa trabaho ay tinunton niya ang address ni Leigh Anne. He hated the heavy traffic at night.

"Kailan ba mawawala ang traffic sa Pilipinas?" aniya at labis nang nababagot sa kalsada. Sa Quezon City kasi nakatira si Leigh Anne at walang ibang route na mas madali bukod sa EDSA. There, he struggled waiting until the flow of traffic goes smoothly. Forty Five minutes ang tinagal niya sa Guadalupe hanggang maabot ang Kamuning area. Malapit na doon ang tirahan ni Leigh Anne.

Nakaramdam siya ng paggaan ng pakiramdam dahil nakarating din siya sa destinasyon. Nakiusap pa siya sa may-ari ng convenient store malapit sa bahay ni Leigh Anne upang mag-park saglit.

Biglang umusbong ang yanig sa puso ni Jarred sa t'wing humahakbang siya palapit sa tapat ng bahay ni Leigh Anne. It's the feeling he didn't understand. He just wanted to talk to her because of their profession, pero bakit kinakabahan siya at inuunahan ng takot na hindi na ito magtrabahong muli para sa kanya?

Nasa tapat na siya ng bahay at nagulat siya nang makita si Leigh Anne, may pamilyar na lalaking kasama. Minabuti niyang magtago sa likod ng poste para hindi siya nito makita.

"Leigh Anne, I hope na nag-enjoy ka sa date natin. Kahit papaano makakalimutan mo ang problema mo. Hahanap din ako ng work for you," anang lalaking kasama ni Leigh Anne at nginigitian pa siya nito nang pagkatamis-tamis, wari'y magnobyo ang dalawa.

"Thank you rin Nick, kahit papaano pinagagaan mo ang loob ko. Mag-iingat sa pag-uwi, salamat din sa paghatid mo sa'kin," nakangiting sagot ni Leigh Anne. Tumango si Nick at lumakad na palayo. Papasok na sana si Leigh Anne sa loob ng tirahan ngunit may pagalit na boses siyang narinig na nagpatigil sa kanya.

"So, inaatupag mo pala ang pakikipag-date sa kapwa mo empleyado kaysa sa pagpasok huh?"

Nilingon niya ang pinanggalingan ng tinig at sinalubong ang matalim na tingin sa kanya ni Jarred.

"Ikaw? Anong ginagawa mo rito huh?" tanong niya habang paatras ang lakad dahil unti-unti siyang nilalapitan ng binata.

"Mag-usap tayo." Binigyang diin ni Jarred ang bawat salita. He's disappointed, not because of Leigh Anne's act of abandoning her job. The truth is, he was deeply hurt after seeing her with another guy.

Chapter 13

"Pasensiya na Sir, wala talaga akong time na magpaliwanag sa inyo. At isa pa, nag-resign na nga ako," prangkahang paliwanag ni Leigh Anne sa aburidong si Jarred. On the other side, she still hopes that Jarred needs her because she earned trust from him when it comes to work. Ayaw niyang isipin na wala na itong makuhang assistant bukod sa kanya. That's impossible, napakalaki ng SLi at may mahuhugot itong ibang employee sa pamamagitan ng mahusay nitong HR team.

"But why can't you explain?" 'di patatalong tanong ni Jarred habang nakikipagtagisan ng tingin kay Leigh Anne. Sa nakikita niya, mukhang desidido na talaga itong mag-resign at wala siyang mabakas na anumang pagsisisi. That thing cuts his heart slowly until it bleeds.

"Bakit n'yo gustong malaman? Masyadong personal ang rason ko Sir. Labas na 'yon sa pagiging assistant ko sa inyo," katwiran pa ni Leigh Anne. Papasok na sana siya sa bahay ngunit nahatak ni Jarred ang sling bag niya kaya nasubsob siya sa dibdib nito. She didn't know how to react. Naamoy niya ang samyo ng cologne sa polo nito at hindi niya maikakailang kahit sa bagay na 'yon, nakaramdam pa rin siya ng 'di pamilyar na kilig. Parang pinaaalala lang nito kung paano siya nabaliw noon kay Jarred.

Nilayo niya rin ang sarili at umirap sa binata. "Please Sir, humanap na lang kayo ng kapalit ko. Hindi ako capable bilang assistant ng isang future CEO. Baka masira ko lang ang mga pangarap ninyo."

"I won't accept that, not until you explain your side Ms. Leigh Anne," Jarred insisted.

"Okay," sapilitang sagot ni Leigh Anne. She opened the door for her former boss. Pagkapasok pa lang ay namataan nila sa sala si Klein na nanonood ng sports sa TV.

"Nandito ka na pala ate at sino—"

Napanganga ang binatilyo dahil sa nakitang kasama ng kanyang ate na si Leigh Anne. "At sino siya? Boyfriend mo?"

Pinandilatan naman kaagad ni Leigh Anne ang kapatid. "Boss ko 'yan."

"Ah 'yong boss mo na—"

"Klein, manahimik ka nga!" paasik na saway ni Leigh Anne sa nakababata niyang kapatid. Alam kasi nito na may gusto siya kay Jarred. Kung hindi dahil sa diary, di talaga nito malalaman ang tungkol doon. Nakakahiyang malaman pa ni Jarred ang paghangang nararamdaman niya.

Napatikhim si Klein at binati si Jarred. "Hello Sir, kumain na muna kayo ni Ate. Nagluto ako ng adobo."

"Mabuti pa ngang kumain muna tayo Sir," binigyang diin ni Leigh Anne ang huling salita. Hindi naman tumanggi si Jarred. Gutom na rin siya dahil sa matinding traffic kanina.

Nakakainis, hindi ka talaga tumanggi,' sambit niya pa habang ninanakawan ng sulyap si Jarred. Napangiwi lang din si Leigh Anne hangga't sa maabot nila ang maliit na dining area.

"Pasensiya na sa simpleng hapunan," pakli ni Leigh Anne habang ipinagsasandok niya ng kanin si Jarred. Naiilang siya sa ibinabatong tingin nito kaya nagkunwari siyang walang pakialam. She started eating her brother's dish on her own plate.

"Masarap," walang halong sarkasmo na papuri ni Jarred. "I think you're a good sister, may mabait at maalalahanin ka kasing kapatid. I wish I have one."

"Ah, only child ka pala Sir," pilit na sagot ni Leigh Anne. It's a better way to avoid awkwardness.

"Yup. Only child kaya lahat ng expectations ng mga magulang ko, sa akin ibinuhos. They forgot that I'm breathing too."

Bumigat tuloy ang pakiramdam ni Leigh Anne dahil sa inamin ni Jarred. Kung iisipin, mukhang palagay na ang loob ng binata sa kanya kaya nakapag-open up ito ng issues patungkol sa personal nitong buhay.

"Sorry to hear that Sir, I always thought you are perfect, even your family seems perfect too," apologetic na pagkakasabi ni Leigh Anne.

"They covered those imperfections by acting like they are perfect enough. And I'm really sick of it," pag-amin ni Jarred at saka lumagok ng isang basong tubig.

"Again, I'm sorry po." Yumuko si Leigh Anne at nagpatuloy sa pagkain.

"Don't be too much apologetic. May kasalanan din ako sa'yo. Sorry kung ikaw ang madalas kong pagbuntungan ng galit sa office. Maybe that's the reason why you quit. Pero kahit papaano, gusto kong marinig mula sa'yo ang rason mo. Let's be professional here," Jarred clarified.

Sandaling namayani ang katahimikan sa pagitan nilang dalawa. Tinapos lang nila ang pagkain ng hapunan bago mag-usap nang masinsinan.

"I'm not really comfortable with Mr. Romulo Sir," nahihiyang pag-amin ni Leigh Anne.

"Why? Mr. Romulo seems to be nice, at anong dahilan kung bakit gano'n ang nararamdaman mo?" malumanay na tanong ni Jarred.

"Hina-harrass niya kasi ako, I mean baka nag-assume lang ako na harassment 'yon pero bigla niya kasi akong hinawakan." Tears suddenly fell down from her eyes down to her cheeks. Nahihiya siyang umamin dahil alam niyang mahirap paniwalaan ang bagay na 'yon para kay Jarred. Nabalitaan din niya kasi na trusted business partner din ng nanay ni Jarred si Mr. Romulo. May posibilidad na mas panigan ni Jarred si Mr. Romulo, because money and influence talks and that's all really matters.

"I believe in you," seryosong turan ni Jarred. Lubhang naalarma siya sa pinagtapat ni Leigh Anne at gusto niyang yakapin ito habang pinapatahan sa pag-iyak. He felt the sudden guilt for what happened to her. Of course, walang sinumang babae na nasa tamang pag-iisip ang magsisinungaling tungkol sa harassment. Hindi biro ang trauma na dulot ng bagay na 'yon sa sinumang makaranas nito. And as Leigh Anne's superior, dapat kahit papaano'y nalaman niya kaagad ang ginawa ni Mr. Romulo.

"Salamat," tipid na tugon ni Leigh Anne saka pinunasan ang luhang rumagasa mula sa kanyang mga mata.

"I will solve this matter Lala, trust me." A hint of a smile grew on his face. Tila umawit ang puso ni Leigh Anne sa sinabi ni Jarred. Wala siyang nabakas na panghuhusga sa mga mata nito. She just need to trust him this time.

Chapter 14

Minabuting kausapin ni Jarred ang sekretarya ni Mr. Romulo. Palihim niya rin na tinanong dito kung may ibang pinagkakaabalahan si Mr. Romulo pagkatapos ng trabaho. And as per his secretary, madalas magpunta si Mr. Romulo sa bars kung saan maraming magagandang escorts. He's a sexual predator, sekretarya na ang nagsabi. Alangan pa nga ito dahil natatakot na malagot kapag nalaman ni Mr. Romulo ang pagsusumbong na ginawa niya. Minabuti rin ni Jarred na proteksyunan ang babaeng secretary kung sakaling malagay ito sa alanganin nang dahil sa pagkuha niya ng sensitibong impormasyon.

Next thing he should do— find a strong evidence that Mr. Romulo tried to assault Leigh Anne. Nakalap niya ang cctv footage noong araw na mag-walk out si Leigh Anne sa opisina.

Mabuti na lang at na-recall pa niya ang eksaktong oras. Nagitla siya sa napanood, totoo nga na hinawakan ni Mr. Romulo si Leigh Anne at pumalag ito. Malinaw na may maling nangyari. Napangiti siya dahil mailalaban na rin niya kung ano ang tama at matatapos na rin ang pambibiktima ni Mr. Romulo. Nagpunta siya sa bar kung saan ito madalas na tumambay. He got no chills, masyado siyang dismayado sa ginawa ng matanda. Hindi niya akalain na sa kabila ng magandang propesyon ay magagawa pa nitong mambaboy ng kababaihan. Kuyom ang mga palad niya nang pasukin ang bar. Kahit patay-sindi ang ilaw, madali niyang naaninag si Mr. Romulo, may kasama itong magagandang babae sa table, probably he paid for them.

Walang sabi-sabing sinalubong niya ito ng suntok.

"Ano bang problema mo huh?" Napaigik sa sakit si Mr. Romulo. Pinilit niyang tumayo mula sa pagkakabuwal dala ng impact sa suntok ni Jarred.

"Ikaw ang malaking problema! Anong ginawa mo sa assistant ko huh? You assaulted her! Please lang, tumigil ka na. Igalang mo na ang mga babae, wala ka bang asawa't anak na babae?" asik ni Jarred saka kinwelyuhan ang matanda.

"Please, I can explain. Misunderstanding lang—"

"Misunderstanding? Kung may misunderstanding sana ako ang kinausap mo at hindi mo na hinawakan pa si Leigh Anne!" Pinutol ni Jarred ang nais sabihin ni Mr. Romulo.

"Jarred, nakikiusap ako. Nakakahiya sa maraming tao," sambit ni Mr. Romulo at binitiwan din siya ni Jarred.

"Mag-sorry ka kay Ms. Leigh Anne! Hindi mo ba alam na takot na siyang pumasok dahil sa ginawa mo? Kung ayaw mong mapahiya, do what I say!"

"Oo, magso-sorry ako kay Ms. Leigh Anne," napilitang pangako naman ni Mr. Romulo.

Humupa rin ang galit ni Jarred matapos niyang lisanin ang bar. Kahit gabi ay pupuntahan pa rin niya si Leigh Anne. Personal siyang hihingi ng paumanhin sa dalaga. Aminado rin naman siya na naging pabaya siya sa part na 'yon, ni hindi man lang niya inalam kung anong nararamdaman ni Leigh Anne sa mga oras na kasama nila si Mr. Romulo, ang tanga niya para hindi mapansin na may bad trait ang lalaking iyon.

He dialed Leigh Anne's number, sumagot naman ito kaagad. "Sir?"

"Leigh Anne, nasa bahay ka ba?" bungad niyang tanong.

"Yes Sir, bakit?"

"Pupuntahan kita. Kailangan nating mag-usap regarding sa ginawa ni Mr. Romulo, sasabihin ko kay Mr. Fontabella na itigil na ang transactions ng Serenity Life sa mga tulad niya."

"Sir, salamat pero hindi ba pwedeng pag-usapan na lang thru phone? O kaya makikipagkita na lang ako." Bakas ang pag-aalangan sa boses ng dalaga. Nahihiya siguro ito na makita siya.

"Papunta na ako within 10 minutes." He ended the call. Hindi nga siya nabigo sa sinabi niyang mararating niya ang bahay ni Leigh Anne sa loob ng sampung minuto. Wala kasing traffic sa gabing iyon. Kinatok niya ang pinto sa bahay ng tatlomg beses bago siya pagbuksan ni Leigh Anne.

"Sir..."

Naaninag niya ang pagkabigla sa mukha nito. He always found her beautiful. Napamura na lang siya sa isip, bakit ba kahit sa simpleng bagay ay nakukuha agad nito ang atensyon niya? Is he really into her?

"Sorry kung naistorbo kita. Hindi ko kasi ma-discuss sa phone ang matter na ito. I already know the truth, it turns out that Mr. Romulo harassed you," direktang paglalahad ni Jarred.

Kumabog ang puso ni Leigh Anne sa narinig. Hindi nga siya binigo ni Jarred nang sabihin nito na hahanap ito ng pruweba para madiin ang matandang lalaki. At tila mas prioritized ang tungkol doon dahil mabilis ang resulta.

"I already got an evidence against him. You can work with me again once this matter is solve," dagdag ng binata at bigla pang napatikhim.

"Malamok dito sa labas, hindi mo ba ako papapasukin man lang?"

Tipid na ngumiti si Leigh Anne at niluwagan ang pagkakabukas ng pinto. "Sorry Sir, tuloy kayo."

Leigh Anne prepared a cup of coffee for Jarred. Wala siyang ibang maibigay na inumin bukod sa kape. Mabuti na lang at gaya niya, umiinom din ng kape si Jarred kahit gabi na.

"Si Klein?" he asked. Wala kasing binatilyo na bumati sa kanya. "Hindi raw uuwi, may group project," tugon naman ni Leigh Anne.

"Okay, wait. Sorry kung gano'n. Kaya pala ayaw mo na magpunta ako ngayong gabi dahil ikaw lang ang mag-isa." Apologetic na ngumiti si Jarred matapos siyang sumimsim ng kape.

"Ayaw ko rin na maabala kayo. Hindi naman urgent ang issue tungkol sa'kin Sir," pagkaklaro naman ni Leigh Anne. Sa totoo lang, hindi niya pinag-isipan nang masama si Jarred kahit noon pa. Alam niya na gentleman ito at hindi oportunista. That's why she loves him, until now. Yes, she's deeply in love with him. Akala niya'y nawala na ang pagmamahal niya ngunit lalo pa palang tumindi dahil sa ipinapakitang concern nito.

"But Lala..." Humugot ng malalim na hininga si Jarred.

Naging magandang himig sa tainga ni Leigh Anne ang muling pagtawag sa kanya ni Jarred ng Lala. Pakiwari niya'y espesyal siya dahil binigyan siya nito ng nickname.

"Everything that concerns about you is urgent. Lalo na't hinarass ka pala ni Mr. Romulo, hindi dapat palagpasin ang bagay na 'yon. At gusto ko rin na magtrabaho ka ulit para sa'kin. Tiwala na ako sa skills mo, please Lala."

Napayuko lang si Leigh Anne dahil magkahalong saya at lungkot ang hatid ng pakiusap ni Jarred. Pilit niyang ikinubli ang ngiti nang salubungin ang tingin nito.

"Sir thank you sa ginawa mo. Pero, hindi na talaga ako babalik bilang assistant mo."

"But why? I admit nagging harsh ako sa'yo noong baguhan ka pa lang. Pero nakita ko naman na may potential ka," pagtatapat naman ni Jarred. Sa puntong iyon, hinihiling niya na sana ay mabago agad ang isip ni Leigh Anne.

"Ganito na lang. Pag-iisipan ko muna," sambit ni Leigh Anne saka alanganing ngumiti.

Chapter 15

Dismayado si Jarred sa nilabi ni Leigh Anne. Hindi niya akalaing sa kabila ng ginawa niya, wala na rin pala itong balak na magbalik sa Serenity Life. He has to dig deeper. Mayro'n pang ibang dahilan bukod sa pangha-harass sa kanya ni Mr. Romulo kaya ayaw na nitong mag-resume sa trabaho. The whole week, totally out of focus na siya. Wala pa rin siyang nagagawa sa advertisement project at wala siyang balak na gawin 'yon hangga't 'di bumabalik si Leigh Anne.

'Masyado na akong affected sa nangyayari. Kung ayaw niyang bumalik, ano pa bang magagawa ko?'

He sighed twice. Mabuti na lang at may kumatok sa pinto kaya nagbalik siya sa wisyo.

"Yes?" aniya nang iluwa ng pinto ang isa sa staff ng advertising dept.

"Sir, deadline na po 'yong project. Wala pa kayong naipapasang output," pagpapaalala ng staff.

Napahilot tuloy siya sa sentido. "Oo. Alam ko, I won't ask for extension. I'll try within the day."

"Noted Sir. Thank you. May meeting daw po kayo with Ms. Rena."

Ngiti lang ang huling tugon ni Jarred at lumabas na rin ang staff sa tanggapan.

He immediately dialed his mother's number.

"Ma, I mean Ma'am Rena," bungad niya.

"Jarred, I'm busy. Pakibilisan." Iritable ang tono nito.

"May meeting? Bakit hindi ko alam? Biglaan ba 'to?"

"Yeah. About what you did to Mr. Romulo, you tried to reach out sa head na ipatanggal siya sa investors? Bakit? Nahihibang ka na ba? He's one of the biggest—"

"Maam, I don't care. He harassed my assistant."

"Dahil lang doon?"

"Anong dahil lang doon? Hindi ka ba babae? Malinaw na manyak ang lalaking 'yon." Di siya nagpatinag at nagtaas na ang kanyang boses.

"But—"

"Bye." Padabog niyang ibinaba ang telepono. Naiiling siyang tumanaw sa bintana kung saan kitang-kita ang nagtataasang gusali. He picked up his cellphone and as usual, he tried to call Leigh Anne. Kaninang umaga, naka-ten missed calls na nga siya rito.

Samantala, napilitan na lang si Leigh Anne na sagutin ang tawag ni Jarred. Kasalukuyan siyang nasa embassy ng Belgium para mag-asikaso ng papeles para makalipad na paalis sa bansa.

"Bakit Sir?" wala sa loob niyang tugon.

"Nasaan ka?" Biglang kumunot ang noo niya sa maawtoridad nitong tanong. "Bakit kailangan mong malaman? Hindi mo na ako empleyado Sir."

"Ipapaalala ko lang, may kontrata kang pinirmahan."

Natutop ni Leigh Anne ang bibig. Naalala niya nga ang napirmahan niyang kontrata sa Serenity Life at nakasaad doon na dapat tapusin niya ang probationary period. Dahil kung hindi niya matapos, hindi niya makukuha ang certificate of employment na kailangan kung siya'y mag-a-apply sa ibang kompanya. Sayang naman ang experience niya sa SLi kung hindi niya makukuha ang katibayan na doon siya nagtrabaho. But somehow, that certification is useless since she decided to travel abroad. Si Tita Bessy naman na daw ang bahala sa employment niya roon.

"Ano, Leigh Anne? Are you still there?" untag pa ni Jarred.

Napabuga siya ng hangin. "Yes Sir. Sige, makikipag-usap ako, for the last time."

"Nasaan ka? Ako na ang pupunta sa'yo."

"No, ako na. Pupunta ako sa office mo."

"Okay." Narinig pa ni Leigh Anne ang paghagikhik ni Jarred bago nito i-end ang tawag. Napangiwi tuloy siya.

"At anong nakakatawa sa sinabi ko?" Ibabalik na sana niya sa bulsa ang phone pero nag-text naman si Jarred.

"Mag-iingat ka sa pagpunta rito." Napaalis ang pagkangiwi sa mukha ni Leigh Anne dahil tila umawit ang puso niya sa mensaheng iyon. It's just like she could assume that the message was sent with love and care— na parang sin-end iyon ni Jarred dahil mahalaga siya rito higit pa sa isang ordinaryong assistant.

'Again, assumera na naman ako.'

Tinapos lang niya ang pag-aayos sa immediate papers niya bago dumiretso sa Serenity Life. Pagpasok pa lang niya'y pinagtitinginan na siya ng mga tao. Na-conscious tuloy siya. Pakiwari niya'y nasa hot seat siya at siya lamang ang topic ng mga ito.

'So what? Ako lang ba ang empleyadong nag-awol at biglang nagpakita? May mas malala pa nga sa'kin. At hindi naman gano'n kabigat ang ginawa ko.'

Naiiling siyang dumiretso sa elevator at pinindot ang button ng palapag na pakay. Humugot na naman siya nang malalim na hininga at dahan-dahang pumwesto sa tapat ng pinto ng opisina ni Jarred. Kahit papaano, na-miss niya ang gusaling iyon. Naalala niya tuloy ang mga sandaling ninanakawan niya ng tingin ang guwapong amo. Pilit niyang pinakalma ang sarili dahil sa bilis ng tibok ng kanyang puso na halos ikabingi niya.

'Leigh Anne, si Jarred lang 'yan. Wala ka namang ginawang masama. Bakit ka ninenerbyos?' Animo'y baliw na kinausap niya ang sarili.

Sa sobrang kaba ay napasandal na lang siya sa pinto. Inabot siya ng dalawang minuto sa ganoong posisyon at napaigtad siya nang bumukas ang kinasasandalang pinto. Akala niya'y babagsak na siya sa sahig ngunit naramdaman niyang may sumalo sa kanya at umalalay sa kanyang likuran.

"Sir Jarred..." Hindi siya agad makahuma at tila nanaisin pa niyang nasa bisig na lamang ni Jarred sa mga sandaling iyon. Naging banayad din ang pakiramdam niya nang maamoy ang pabango nito. Kung hindi pa tumikhim si Jarred, baka mas tumagal pa sa pagkakasandal si Leigh Anne. Narinig niyang tumikhim din ito at mabilis na umiwas ng tingin.

"Sorry," sambit nito.

"Kanina ka pa ba? Bakit ba naman kasi nakasandal ka sa pinto?" kunot-noong tanong ni Jarred.

"Wala naman, sige na Sir. Pag-usapan na natin ang tungkol sa kontrata at kung anong dapat kong gawin para mabilis na ma-terminate iyon." Naging pormal ang tinig ni Leigh Anne.

"There's no way for termination. Hindi ko hahayaan na maka-exit ka nang gano'n na lang. You have to help me first." May kalakip na makahulugang tingin si Jarred nang sabihin iyon.

"Sir?"

"Pwede ka bang maging model para sa advertising project na hindi ko natapos dahil sa'yo?"

Nagsalubong ang kilay niya at natatawang pinagmasdan si Leigh Anne na halatang nagitla sa kanyang sinabi.

She frowned. "Model? Huwag nga kayong magbiro. Ang daming modelo dito sa Serenity Life."

"Pero hindi ko gusto. Hindi sila bagay sa proyekto," Jarred insisted.

"Pagkatapos? Puwede na akong mag-resign?"

"Yup." Lingid sa kaalaman ni Leigh Anne na labag naman sa kalooban ni Jarred na pakawalan siya bilang assistant nito.

Chapter 16

"We're here." Pormal ang tinig ni Jarred nang pagbuksan niya ng kotse si Leigh Anne. Dinala niya ito sa isang photo studio upang isagawa ang nakabinbin na advertising project. And he has to do it this day!

"Anong mayro'n dito Sir? Ano bang project?" tanong ni Leigh Anne.

"Hindi mo ba naalala? Pending project dapat 'to na isasagawa natin with the help of Mr. Romulo," he reminded.

"Ah okay. At hindi natuloy dahil sa'kin." Leigh Anne bit her lower lip. Nahiya tuloy siya dahil parang siya pa ang dahilan kung bakit na-delay ang proyekto.

"Tara na. I know what you're thinking. You're blaming yourself." Jarred heaved a sigh. Umarko pa ang kilay niya nang tapunan ng tingin si Leigh Anne. He still felt bad for her.

Pumasok sila sa studio at nilapitan ang isang professional photographer.

"Matt, ito ang modelo kong nakuha. Siya si Leigh Anne, assistant ko," panimula ni Jarred sa photographer na on the spot lang niyang hin-ire para makahabol sa deadline.

"Hello Sir, so final na ang tema ng photoshoot para sa apparel ninyo? For working woman ba?" tanong ni Matt habang ang kasamahan naman nitong staff ay naglalabas ng mga isusuot ni Leigh Anne para sa photoshoot. Iba't ibang damit iyon na puwedeng ihalintulad sa working uniforms ng iba't ibang professionals.

"Miss, halika na ire-retouch na kita," tawag ng staff kay Leigh Anne. Mabilis namang tumalima si Leigh Anne para maayusan siya kaagad. Minadali man ang pag-aayos, naging maganda pa rin ang make-over kay Leigh Anne at wala siyang kamalay-malay na hindi binabali ni Jarred ang pagkakatitig sa kanya.

"Sir, ready na ako," nahihiyang sambit ni Leigh Anne nang lapitan niya si Jarred.

"Okay. Then go ahead. Kung ano lang ang sabihin nila, 'yon lang ang gawin mo. Magsukat ka na," utos ni Jarred. Gusto niyang purihin si Leigh Anne dahil napakaganda nito pero alam niyang awkward naman kung gagawin niya iyon at baka bigyan pa ng kahulugan ng dalaga. Nagkibit-balikat na lang siya hangga't sa lumayo ito at pumili ng unang isusuot.

The photoshoot lasts for almost 2 hours. Hinintay pa nilang matapos ang pag-edit ng mga larawan kaya inabot sila ng mahigit apat na oras sa studio. Minabuti ni Jarred na gawin muna ang brief info tungkol sa konsepto ng proyekto at tanging sa laptop lang ang kanyang focus habang pinagpahinga niya muna si Leigh Anne. Sa katunayan, may kakaibang excitement siyang naramdaman kahit naghahabol ng oras para ma-meet ang deadline. Ito ang kauna-unahang pagkakataon na nagra-rush siya. He used to do things on time because he truly believed that time is the most precious thing and shouldn't be wasted. Nakahinga siya nang maluwag dahil sa wakas ay natapos niya ang proyekto at naipasa na sa email ni Mr. Fontabella.

He realized that it's already late in the evening. Kapwa hindi pa sila nakakapag-dinner ni Leigh Anne kaya niyaya niya muna itong kumain sa labas. Dinala niya ito sa simpleng restaurant, sinunod niya lang kung saan nito gusto.

"Thanks sa treat, babawi ako next time," pakli ni Leigh Anne habang patuloy sa pasubo ng kinakain.

"You don't have to. Nakabawi ka na."

Napaangat ang tingin ni Leigh Anne nang sabihin iyon ni Jarred. Naaninag niya ang pagkislap sa mga mata nito habang nakangiti. That grin is rare, nakapagtatakang ngayon niya nakikita iyon.

"Hindi pa nga Sir Jarred, kulang pa rin 'yon dahil sa ginawa kong pagw-walkout," mapagpaumanhing tugon niya sa binata.

"Huwag na nga nating pag-usapan. By the way, pagkatapos nito may gagawin ka pa?"

"Oo. Uuwi ng bahay at matutulog para maaga ako bukas," pakli ni Leigh Anne. "Bakit Sir?"

"Gusto ko sanang mamasyal kaso wala akong kasama." Bakas ang lungkot sa boses ni Jarred.

"May mapapasyalan pa ba sa oras na 'to?" nakakunot-noong tanong ni Leigh Anne.

"I know a place."

***

Payapang nakamasid sina Jarred at Leigh Anne sa nagagandahan at makukulay na rides sa isang amusement park. Mabuti na nga lang at bukas pa ang lugar na 'yon hanggang hatinggabi.

"Lala, wala ka bang balak na sumakay sa rides? Kahit sa ferris wheel lang?" untag ni Jarred.

Iwinaksi ni Leigh Anne ang tingin sa pinakamataas na rides at nilingon si Jarred na mukhang kanina pa nakatingin sa kanya. "Hindi ko kayang sumakay sa mga ganyan eh. Gusto ko lang talagang tingnan. Saka ikaw naman ang nagsama sa'kin dito."

"Okay. I get it. Mukhang hindi mo nga gusto. Sorry."

"Sir, hindi sa gano'n. Ikaw naman kasi ang nagyaya dito dahil alam kong gusto mo rito kaya wala akong karapatan na tumutol," pagkaklaro ni Leigh Anne. Sinalubong ni Jarred ang tingin ni Leigh Anne at tila napaso siya nang mapagtantong seryoso ang mababanaag sa mga mata nito.

"You know what. I admire your kindness Lala. Bakit ganyan ka? You're shy, and you always talk less. Nahihiya ka pa rin ba sa'kin?"

"Medyo, pero nasasanay na ako Sir. Saka ginagawa ko lang 'to dahil alam kong may gap na namamagitan sa'tin bilang mag-boss," Leigh Anne uttered.

"Pwes, huwag ka nang mahiya. I-consider mo na ako bilang kaibigan mo." Nawala ang pormalidad sa tinig ni Jarred. He let out a sigh before he continued his words.

"Lala, thank you for this. Actually, ngayon lang ako nakapunta ng amusement park. Noong bata ako hindi ko naranasang pumunta rito. Nasubsob kasi ako sa pag-aaral, at akala ko wala nang iba pang mas sasaya bukod sa pagsali sa quizes at competitions. If only I was able to back in my past, baka in-enjoy ko ang lahat," sinserong pahayag niya habang nakatingin kay Leigh Anne. He felt the tranquility that he's been longing for, everytime he throws a glance at her.

"Ako rin Sir, gusto kong bumalik sa nakaraan kasi may gusto rin akong baguhin," sagot ni Leigh Anne.

"And what is it?" mabilis na tanong ni Jarred. Curious din siya sa isasagot ng dalaga. Maybe it's the perfect timing to know more about her.

"Gusto kong bumalik para baguhin 'yong mga sandali na kasama ko pa si mama. Sana pala nag-quit na ako sa pag-aaral para maalagaan ko siya nang husto, eh di sana nasa tabi ko pa siya." Lumungkot ang tinig nito. Well, alam naman ni Jarred ang pinagdaanan ni Leigh Anne dahil nabasa niya ang diary na pag-aari nito. Nabilib pa nga siya dahil napakatatag pala nitong humarap sa pagsubok at ginampanan ang role ng isang mabuting kapatid. Kaya pakiwari niya'y lalo siyang na-a-attract.

"Well, kung hindi ka nagpatuloy, makikilala mo ba ako noon?"

Bahagyang napangiti si Leigh Anne. "Hindi, pero okay na rin kung hindi kita makilala. Hindi mo naman ako nagustuhan noon eh. Embarrassment ko kaya 'yon hanggang ngayon, nang nakawan kita ng halik."

He chuckled. "Naalala ko pa 'yon. I was going to read a book then you came. I was really speechless."

"Sorry, hindi ko dapat ginawa 'yon. Nakakahiya, naisip mo pang napakalandi ko." Apologetic na ngumiti si Leigh Anne.

"But you know what? Okay lang naman pala 'yon. Ikaw ang first kiss ko technically at wala pala akong dapat na ikagalit. Basta alam kong walang dahilan para kagalitan ka."

"Paanong wala? Nabastos kita noon, pumunta ka pa sa hallway at pinagsabihan ako."

"Hindi ko pa kayang i-explain sa ngayon pero hayaan na nga natin. Thank you Lala."

"Salamat din." Leigh Anne held her breath. Dama niya ang pagwawala ng internal organs niya dahil sa mga sinabi ni Jarred. At lalo siyang 'di mapakali dahil alam niyang nakatingin pa rin ito sa kanya.

"I guess it's time to go home. I-text mo na ang kapatid at boyfriend mo," pakli ni Jarred nang tingnan ang wrist watch.

"Wala akong boyfriend," pagkaklaro ni Leigh Anne. Siguro naisip ni Jarred na magnobyo sila ni Nick.

"Okay." Jarred's smile widened. Parang nabunutan siya ng tinik sa lalamunan dahil wala naman palang nobyo si Leigh Anne.

"Kung magkakaroon ka ba ng boyfriend, mga katulad ko pa rin ang pipiliin mo?" biglaang tanong ni Jarred.

"Hindi na Sir. Hindi ko kayo kayang higitan kung katalinuhan ang pag-uusapan. Doon na lang ako sa mga kagaya ko na average ang IQ." Pinasigla ni Leigh Anne ang boses. Taliwas ang kanyang sinabi kumpara sa tunay niyang nararamdaman. Ang totoo'y si Jarred pa rin naman ang gugustuhin niya kahit anong mangyari.

"Okay." Nagkibit-balikat na lang si Jarred. Bahagya siyang nasaktan sa nilabi ni Leigh Anne. Malinaw na naglaho na nga ang pagkagusto nito. Nasasaktan siya, parang pinipiga ang puso niya at tinutusok-tusok ng karayom. Hindi siya makapag-focus hangga't makauwi na siya sa bahay. Doon, sinalubong siya ng kanyang ina. Tila nanibago naman siya sa awra nito.

"For sure, ang ipinunta ninyo ay tungkol sa project ko for promotion. Gusto ko lang ipaalam sa inyo na natapos na. Nakaabot na kami sa deadline kahit nagahol kami sa oras," walang kagana-ganang sambit ni Jarred.

"Hindi naman tungkol doon ang sadya ko," paglilinaw pa ni Ms. Rena.

Sa halip na tanungin kung ano ang pakay nito, diretso lamang sa kwarto si Jarred. Hindi siya natulog dahil sa kakaisip kay Leigh Anne.

Chapter 17

Pinilit ni Jarred na ngumiti sa harap ng madla para i-presinta sa board members ang tema ng proyektong tinapos niya noong isang araw. Nagnakaw pa siya ng sulyap kay Josh na mukhang kampante sa sitwasyong ito. Pakiwari niya'y matatalo siya nito ngayon pero hindi na iyon mahalaga. Tila nawalan na siya ng interes sa pakikipagkumpetisyon. Napag-isipan niya rin kagabi na hindi na niya kaya pang magkunwari sa feelings niya para kay Leigh Anne. Alam niyang bawal ang pakikipagrelasyon sa kapwa colleages sa Serenity Life pero nang magkagusto siya kay Leigh Anne, unti-unti niyang napagtanto na may mga bagay pa pala siyang dapat na maranasan maliban sa pagtatagumpay—gaya na lamang ng ideya na dapat pala siyang magmahal.

He cleared his throat and widened his smile to everyone. Iwinaksi niya muna ang pag-iisip sa sarili niyang damdamin habang sinusulyapan din si Leigh Anne.

"Good Morning!" his cheerful greeting.

"So Mr. Jarred, as we see your photos, na-confuse kami. Out of all the models na nagtatrabaho sa'tin, bakit ordinaryong modelo pa ang napili mo? Seems like she's below standard level." May sarkasmo sa pananalita ng isa sa mga board member na hindi na matandaan ni Jarred kung sino.

Mabuti na lang at hindi niya natandaan, ang mga tulad nitong malakas manglait ay dapat kinakalimutan na lang at binabaon sa limot. Na-offend siya para kay Leigh Anne. Nang sulyapan niya ito ay nabatid niya kaagad na nasaktan din ito sa remark ng mapagmataas na board member.

"Because I want to make a difference. Lahat ng tao puwedeng maging modelo, regardless of his/her professions, body size or status in life. Sabi nga nila, pantay-pantay ang Diyos sa mga taong nilikha niya. So, bakit kailangang may standard pa? And I'm proudly standing here because I'm proud of my model. She's beautiful, the way she is."

Leigh Anne's heart suddenly beat like a bass drum. Isang magandang musika ang papuri sa kanya ni Jarred pero kahit gano'n, hindi niya pinahalatang kinilig siya. Narinig niyang tumikhim ang nanay nitong si Ms. Rena na nasa gilid lang pala niya. Nagkibit-balikat siya at minabuting mag-focus na lang kay Jarred na nagpe-present sa harapan pero bigla naman siyang kinalabit ni Ms. Rena.

"Mag-usap tayo pagkatapos ng presentation na 'to. Dumiretso ka agad sa office ko. Get it?" pabulong na sikmat ng ginang.

Binundol ng kaba si Leigh Anne sa mga sandaling iyon. Ano bang kailangan sa kanya ni Ms. Rena? Wala namang kinalaman ang mga trabaho niya sa isang board member na gaya nito.

Dahan-dahan siyang tumango at pinilit pang ngumiti bago bawiin dito ang tingin.

"And kindly explain us, bakit working attires ang suot niya? May similar outfits sa bombero, plumber, doctor at iba pa. Cosplay ba ito?" tanong naman ng isa.

"Ang tema ko po kasi ay women empowerment at ang mga damit na 'yan ay designed by SLi's professional designers pero hindi masyadong nabibigyang pansin," tugon ni Jarred.

Napangiti nang malapad si Mr. Fontabella. "Wow, that sounds interesting, hindi ka babae pero women empowerment ang temang napili mo."

"Kasi hindi naman natin kailangang maging babae para hindi maramdaman ang struggle nila. Ang gusto ko lang na patunayan, kaya ng mga babae ang trabahong panlalaki, flexible din sila gaya ng mga lalaki. At layunin din ng temang ito na magkaroon ng safe place to work ang mga kababaihan. Dito sa Serenity Life, hindi pa rin nawawala ang indecent proposals ng ibang share holders sa mga babaeng empleyado na natitipuhan nila rito. May mga nambabastos pa rin, feeling nila ay nabo-boost ang pagkalalaki nila dahil nakakapang-harass sila ng babae."

Tumango-tango si Mr. Fontabella. "Magandang idea Mr. Jarred. Bago ito sa pandinig ko. I will consider it. Pero, hindi naman lingid sa kaalaman mo na medyo mababawasan ang puntos mo dahil muntik mo nang 'di ma-meet ang deadline."

"Kung anumang desisyon ninyo, tatanggapin ko po nang maluwag sa damdamin ko Sir," nakangiting sagot ni Jarred. Napatingin siya sa gawi ng kanyang ina at alam niyang dismayado ito sa kabila ng effort niya.

***

Paulit-ulit na bumuntong-hininga si Leigh Anne bago pumasok sa tanggapan ni Ms. Rena.

"Good afternoon Madam," pormal na bati niya rito.

"Maupo ka." Kahit sa puntong iyon, wala man lang siyang nabakas na sigla sa tinig nito. Tila nayayamot ito na makipag-usap.

"Hindi na ako magpapaliguy-ligoy Ms. Leigh Anne. Alam mo bang lately, may napapansin akong kakaiba sa anak ko? At alam mo kung sino ang anak ko 'di ba?"

Napakagat-labi siya. Batid niyang may matinding dahilan si Ms. Rena kaya gano'n ang tanong nito. May nagawa ba siyang mali?

"Yes Maam, si Sir Jarred po," nanginginig na tugon ni Leigh Anne.

"Hindi ko man lubusang kilala ang anak ko, pero may mother instinct ako Ms. Leigh Anne. At alam kong may nagugustuhang babae ang anak ko kaya hindi siya makapag-focus o baka may dini-date siya. Kilala mo ba kung sino?" Nakataas ang kilay ni Ms. Rena nang ibato ang tanong kay Leigh Anne.

"Hindi ko po alam. Hindi ko po ugaling makialam sa personal na buhay ng boss ko," tahasang sagot ni Leigh Anne at sinalubong ng tingin si Ms. Rena.

"Pero pinakialaman niya ang personal mong buhay. Tama ba ako?"

"Ma'am?"

"Bingi ka ba? Sabi ko, pinakialaman niya ang personal mong buhay. Nalaman kong pinapatanggal niya sa shareholders si Mr. Romulo nang dahil sa'yo." Biglang sumilay ang ngiti sa labi ni Ms. Rena.

"Akala ko hindi kayang ma-inlove ng anak ko. Wala pa siyang naka-date dahil masyado namin siyang pinalaki bilang isang ambisyoso at akala talaga namin ng dad niya, ngusto niyang maging CEO sa Serenity Life, but it turns out na kami lang pala talaga ang may gusto nito. At sa presentation niya kanina, napatunayan ko na nga na ikaw pala talaga ang gusto niya."

"Ma'am, huwag n'yo pong bigyan ng kahulugan ang mga sinabi ni Sir Jarred. Natural lang na sabihin niya 'yon dahil sa tema ng project namin," Leigh Anne clarified.

"Kung anumang maging kapalaran ng anak ko, kung maging CEO man o hindi, proud pa rin naman ako sa kanya. Kaya lang, hindi ko talaga maipakitang proud ako sa achievements niya. Dahil sa ma-pride at perfectionist akong tao. I also tried to talk to him last night, pero wala siya sa mood. Para siyang na-basted," pagtatapat ni Mrs. Rena.

Napalunok lamang si Leigh Anne at hindi na umimik pa. Alam niyang hindi siya dapat umasa sa mga sinabi ni Mrs. Rena. Sa bibig na nga nito mismo nanggaling na hindi nito lubusang kilala ang anak. Pero sa kabilang banda naman, ina-assume niya na baka nga siya pala ang dahilan ng pagiging malungkot daw ni Jarred. Sana nga, siya na lang iyon.

"But as of now, I just have to witness what he can do. Kung tatagal ba siya sa challenge na ito, o ipagpapalit niya 'yon para sa pag-ibig. Ms. Leigh Anne, kahit na gusto ka ng anak ko eh sasamantalahin mo na. Of course, nandito kayo sa SLi so kailangan n'yo munang maging professional. Huwag kayong maglandian," paalala ni Ms. Rena kasabay ng paghagikhik niya.

"Opo, ma'am." Abot tainga ang ngiti niya sa mga sandaling iyon. Ngunit nasira ang maganda niyang mood dahil sa biglang pagsulpot naman ni Josh.

Chapter 18

"Congrats sa project ninyo. Feeling ko, gusto ka talaga ni Jarred. I can see it through his eyes. Tapos kausap mo pala ang nanay niya nang masinsinan," panunudyo agad ni Josh.

"Wala naman kaming napag-usapan masyado, sir," nahihiyang tugon pa ni Leigh Anne at naiiling na nagsimulang maglakad palayo kay Josh.

"Wait, Leigh Anne. Ganyan ka ba talaga kapag kinakausap? Ilang buwan ka na rito sa Serenity Life pero mahiyain ka pa rin. Seriously?" may pang-uuyam na tanong ni Josh.

"Sinabi po kasi ni Sir Jarred na hindi ako pwedeng magtiwala sa rival niya. At ikaw lang naman ang rival na tinutukoy niya," paglilinaw ni Leigh Anne.

"Alam mo, naaawa nga ako sa'yo eh. Kasi ang alam ko, nagkukunwaring mabait lang naman talaga sa'yo si Jarred. Pakitang-tao naman talaga siya from the start," pagbubunyag ni Josh.

"Hindi naman sa gano'n, oo napagsabihan siya ni Mr. Fontabella pero mabait si Sir Jarred, unlike you," naiinis na sambit pa ni Leigh Anne.

"Concerned na nga ako sa'yo pero ayaw mo pang maniwala. Hindi naman talaga sincere si Jarred. Ginawa niya lang 'yon para mapapayag ka na gawin ang project na 'yon. Napakahipokrito niya. May mga naging sekretarya na rin siya na muntikan niyang naging girlfriend dito. Malakas lang ang kapit niya kaya hindi siya natatanggal," giit ni Josh na mas lalong ikinainis ni Leigh Anne.

"Pwede ba? Hindi ako interesado na marinig ang mga sinasabi mo!" aburidong sigaw niya at tumakbo palayo. Napadpad siya sa comfort room at doon na nagsimulang lumuha. Mas masakit pa palang marinig ang totoo kaysa i-assume lamang.

***

"Leigh Anne, welcome back!"

Sinalubong ng yakap si Leigh Anne ng isa sa close friend niyang si Cassie. Nasa likod din nito si Nick na bakas ang kasiyahan dahil nagbalik na siya sa trabaho.

"Makakapag-lunch na ulit tayo nang magkakasabay!" pakli naman ni Nick at yumakap din kay Leigh Anne.

"Na-miss ko 'yon. Pagkatapos ba ng work, magk-KTV tayo ulit?" masiglang tanong pa ni Leigh Anne.

"Naku, baka lumakas ang ulan. Tag-ulan pa man din ngayon," biro pa ni Cassie.

"Pero walang makakapigil sa'tin. So, game tayo mamaya?" sabad ulit ni Nick.

"Game na 'yan!" hagikhik pa ni Cassie.

"Sige, magkita tayo mamaya. Sa ngayon, babalik muna ako sa office, baka hinahanap na ako ni Sir Jarred."

"Okay Leigh Anne, see you later!" paalam pa ni Nick. Sumunod sa kanya si Cassie dahil magkapareho lang naman sila ng department.

Napaalis ang ngiti ni Leigh Anne nang makalayo na ang mga natatanging kaibigan niya. She was about to walk inside her office when she noticed that Jarred was standing nearby. Parang kanina pa ito nakatingin sa kanya at bahagya siyang naalarma sa pagiging seryoso nito.

"Sir, pasensiya na kung hindi ako nakabalik kaagad. Kinausap din kasi ako ni..." Sinadya niyang putulin ang nais sabihin. Hindi na dapat pang malaman ni Jarred na kinausap siya ng nanay nito.

"Nakipag-usap pa ako sa mga kaibigan ko saglit." Napakamot-ulo siya sabay iling.

"Okay. Balik ka na sa office dahil may tasks pa tayo," kibit-balikat namang tugon ni Jarred.

Pagkadiretso sa office, kapwa sila naging abala sa kani-kanilang trabaho. Hindi na nga nila namalayan ang oras dahil sa pagiging busy.

Parang kumikirot pa rin ang puso ni Leigh Anne sa mga sandaling iyon. Ni hindi niya kayang komprontahin si Jarred at itanong kung ano ba talaga siya sa buhay nito? Bakit bigla itong bumait? Minamahal na nga ba siya nito?

Sa halip na magtanong, minabuti ni Leigh Anne na magpaka-busy na lang sa trabaho.

***

Naiiling si Leigh Anne nang sulyapan si Jarred. Tapos na kasi ang oras ng trabaho at may usapan pa sila nina Nick at Cassie na lalabas. Nagpadala naman siya ng message na hindi pa siya tapos dahil sa tambak na gawain. Pero ayaw lang niya na may naghihintay sa kanya. Para kay Leigh Anne, mas maigi nang maghintay kaysa magpahintay.

Nagdalawang-isip pa siya kung magpapaalam na kay Jarred pero sa bandang huli, pinili na lang niyang magpaalam. "Sir, uuwi na ako. Malapit nang magseven."

Naagaw naman niya ang atensyon ni Jarred nang iangat nito ang tingin sa kanya. Tutok na tutok kasi ito sa laptop.

"Okay, mag-iingat ka," sambit nito at mabilis na binawi ang tingin sa kanya.

"Thank you Sir." Akmang palapit na siya sa pinto upang makalabas nang biglang magsalita ulit si Jarred.

"Lala..."

"Sir, may ibibilin pa ba kayo na dapat gawin bukas?" she curiously asked.

"Nothing. Within next week lalabas na ang evaluation ng project. It means that would be your last day working with me. Thank you for helping me," sinserong tugon ni Jarred. Kahit hindi niya tingnan nang matagal si Leigh Anne, alam niyang pagod din ito sa maghapon.

"Kaya nga po. Mabuti kung gano'n, at least, kaya ko nang bitawan ang dapat kong bitawan," kaswal na sambit ni Leigh Anne bago yumuko para umiwas ng tingin.

"Lala, what do you mean?" Bakas ang lubos na pagtataka sa boses ni Jarred. Pakiwari niya ay upset ngayon si Leigh Anne, marahil na-pressure niya ito nang husto dahil sa rushed project nila recently.

"Hindi ka naman talaga mabait, hindi ba? Lahat ng ginagawa mo, puro kaplastikan lang. At siguro, ginagawa mo lang itong pekeng kabaitan para gumanti sa'kin. Dahil may nagawa akong masama sa'yo," himutok ni Leigh Anne at nagsimula nang lumuha sa harap ni Jarred.

"Hindi kita maintindihan, Lala. Oo aaminin ko na gusto kitang pahirapan dati. Pero mas nangibabaw ang pagkabilib ko sa pagiging dedicated mo sa trabaho. Ginagawa ko rin ito para matulungan kang palabasin ang potensyal na mayro'n ka. Akala ko wala na tayong problema? Akala ko naman, hindi na masama ang loob mo," litanya ni Jarred na parang dinudurog na ang puso sa mga sandaling iyon.

"Akala ko lang pala 'yon. Akala ko nga dati, noong makita kita rito, nawala na ang feelings ko. Pero hindi pa rin pala. Kasi bigla kang naging mabait. Pero bigla rin akong natauhan. Parang umasa kasi ako, pero okay lang. Hindi mo naman kasalanan. Naniniwala akong ginagawa mo lang ito dahil sa ambisyon mo. Pero, promise, hindi talaga ako nasasaktan," madamdaming sagot ni Leigh Anne at tumigil din sa pagsasalita upang ibalik ang tingin kay Jarred.

"Gusto ko lang ipaalam sa'yo, sir. Na wala na talaga akong feelings. Ngayon, tinatapos ko na. Na-realize ko na ibang-iba na ang Jarred na minahal ko dati kaysa sa Jarred na kaharap ko ngayon. Pero gaya nga ng sabi ko, hindi mo kasalanan." Lalong bumuhos ang luha niya pagkalabas sa opisina ni Jarred. Narinig niyang tinawag ng binata ang kanyang pangalan ngunit hindi niya ito nilingon pa.

Chapter 19

"Bakit hindi ka pa umuuwi? Malapit ka nang masarahan ng building."

Napapitlag si Jarred at napailing nang makitang papalapit sa kanyang kinarooonan si Ms. Rena.

Iniayos niya ang pagkakaupo sa swivel chair. "Ma, sobrang dami ko kasing hindi nagawa kaya heto, bumabawi ako."

"Bumabawi? Eh wala ka namang ginagawa, nakatulala ka lang sa laptop mo. Parang nanonood ka lang sa Netflix," pabirong tugon ni Ms. Rena sabay hagikhik.

Napakunot-noo si Jarred. Bihira lang niyang marinig ang pagtawa ng kanyang ina. May good news ba itong hatid para sa ganoong mood? Pero kahit pa good news iyon, hindi pa rin niya kayang iwaglit sa isip niya ang huli nilang pag-uusap ni Leigh Anne. He felt that he needed to apologize to her. Bukod pa roon, kailangan niya itong suyuin at ipakita ang buo niyang sinseridad.

"Patingin nga ng series na pinanonood mo," sabi pa nito at sinilip ang laptop.

"Kaya ka naman pala nakatulala." Mas lumakas ang halakhak ni Mrs. Rena.

"Ang ganda nga naman kasi ng pinagmamasdan mo. Napakaganda ni Leigh Anne sa pictorials niya kanina, bagay kayo," pagpapatuloy ng ginang.

"Ma, ano ba naman kayo? Ngayon ko lang tiningnan kasi gusto ko lang i-review ulit kung maayos ang naging output," palusot pa ni Jarred. Lalo siyang nahihiya dahil sa pambubuyong natamo niya kay Ms. Rena. Iba nga naman ang mother instinct, kahit na hindi sila close ay malakas pa rin ang pakiramdam nito.

"Anong sense ng review mo? Tapos na ang evaluation. At bakit mo kasi siya tinitingnan? May gusto ka talaga sa kanya ano?" nakatawa pa ring tanong ni Ms. Rena.

"Ma, itigil n'yo na 'yan. Imposibleng magustuhan ko si Leigh Anne, mabait siya at masipag pero hindi ko siya tipo," giit ni Jarred kahit pakiwari niya'y kung si Pinnochio lang siya, baka humaba na ang kanyang ilong dahil sa pagsisinungaling.

"Pero tingin ko, mabuti siyang tao. Nabasa ko kasi ang diary niya sa room mo."

"Binasa mo?" Bumilog ang mga mata ni Jarred sa sobrang pagkagulat. Naalala niyang nakatago nga pala sa kuwarto niya ang diary ni Leigh Anne.

"Oo, one time kasi naglinis ako ng bahay. Alam mo naman, pag bored ako trip kong maglinis 'di ba? Restday ko no'n at napadpad ako sa room mo. May nakita akong notebook na ginawang diary. At alam kong hindi 'yon sa'yo. Mukhang babae ang may-ari. So na-curious ako, baka kasi galing sa girlfriend mo. Iyon din ang gusto ko sanang itanong sa'yo noong isang gabi na nagkita tayo sa bahay," pagsisiwalat ni Mrs. Rena.

"Ma, bakit mo naman ginawa 'yon?" nakangiwing tanong ni Jarred. Parang gusto na niyang magpalamon sa lupa dahil sa kahihiyan. "Ibabalik ko na nga sana sa kanya 'yon pero nawala na rin sa isip ko."

"At pag binalik mo ba, maniniwala siyang 'di mo binasa 'yon? Umiibig ka na nga. Maganda 'yan, siguro dapat huwag mo nang i-pursue ang pagiging CEO. Dahil nakikita kong mas masaya ka kapag in-love. I only want what's best for you. Sorry sa mga pagkukulang ko Jarred."

"Ma..." He was moved by his mother's sincerity. Bihira lang sila mag-usap, ganito pa ang mga sinabi nito. Nakakapanibago ngunit nakakataba naman ng puso. Hindi niya akalaing may soft spot sa kanya ang magulang na buong buhay niya'y hindi kontento sa achievements niya.

"If you like her, then tell her. Kinausap ko si Leigh Anne kanina, sabi niya na malapit na siyang umalis papuntang Belgium."

"Aalis siya?" bulalas ni Jarred. Kaagad siyang napatayo.

"Oo, so kung ayaw mo siyang mawala, umamin ka na." Naglaro ang ngiti sa mga labi ni Ms. Rena.

"Ma, salamat!" Napayakap si Jarred sa kanyang ina dahil sobra siyang thankful sa ginawa nito. He must admit, he fell in love with Leigh Anne. At kailangan niyang umamin bago pa mahuli ang lahat. At bukod pa sa pag-amin, kailangan niyang klaruhin ang side niya. He felt like this is his first move to give up his goals as an aspiring CEO. Pakiwari niya, mas matimbang na ngayon si Leigh Anne at hindi na niya kakayaning mawala ito sa kanya.

***

"Sana hindi marami 'yong tao na magpupunta sa KTV. Gusto ko talagang maglabas ng sama nang loob sa pamamagitan ng pagwawala sa videoke. Letse talaga 'yong boss namin ni Nick, e." Tila mauubos na ang hininga ni Cassie sa paulit-ulit na pagbuga ng hangin. Super stressed na kasi siya sa trabaho samantalang si Nick ay pa-chill chill lang.

"Sana nga eh. Ano kayang kakantahin mo? Sana hindi na love song huh?" pambubuska pa ni Leigh Anne.

"Oo naman, hindi na hugot. Galit ako ngayon eh," nakabungisngis na tugon ni Cassie. Patawid na sana sila sa kabilang kalsada ngunit napansin kaagad ni Leigh Anne ang batang lalaki na umiiyak sa isang tabi. Sa hinuha niya ay baka naliligaw ito. She excused herself out of her friends and approached the kid.

"Bata, bakit ka umiiyak?" mahinahong tanong niya sa bata.

"Hindi ko po makita si papa. Gusto ko na po siyang makita. Masyado siyang busy sa work niya," tumatangis na tugon ng inosenteng paslit.

"Taga saan ka ba? At anong pangalan ng mga magulang mo?"

Panandaliang tumahan ang bata at ipinakita nito ang isang ID. "Heto po ang ID ng papa ko, baka kilala n'yo siya."

Nanlaki ang mga mata ni Leigh Anne dahil kilala niya ang nasa ID.

"Josh Juan, anak ka ni Josh?" paninigurong tanong niya sa bata at mabilis na pagtango ang sagot nito.

"Kung gano'n, balak mong magpunta sa office niya. Pero bakit wala kang kasama? Delikado ang lumabas mag-isa lalo na't gabi," nag-aalalang aniya.

"Sinubukan ko lang po magpunta, mukhang nag-away po kasi sila ni mama. Gusto ko silang magkabati. Saka malapit na ang birthday ni papa," naluluhang sambit ng paslit.

"Sumama ka sa'kin, baka nasa office pa si Josh." Dahan-dahan niyang inakay ang bata.

Nagpaalam na lang siya kina Cassie at Nick na susunod na lang sa pupuntahan nilang gimik kapag naihatid na ang bata sa tatay nito. Nagmamadali sa paglakad pabalik sa SLi si Leigh Anne. Kinailangan niyang buhatin ang bata dahil baka bumitaw ito at masagi ng sasakyan sa kalsada. Pero laking gulat niya nang makitang sarado na ang entrance door. Ibig sabihin, wala nang taong natitira sa loob.

"Diyos ko, hindi ko pa naman alam kung saan nakatira ang tatay mo," aniya habang karga pa rin ang batang tila inaantok na dahil sa pamumungay ng mga mata nito. Wala na siyang maisip na puwedeng hingian ng tulong maliban kay Jarred. May posibilidad na baka alam nito ang address ni Josh but she didn't bother herself to call her boss. Minabuti niyang itanong na lang sa bata kung kabisado nito ang address ng kanilang tirahan. Wala kasing address sa likod ng ID ni Josh. Magbo-book na sana siya sa grab pero napansin niyang huminto ang pamilyar na sasakyan sa kanyang tapat.

Chapter 20

Nakaramdam ng 'di maipaliwanag na tuwa si Jarred dahil nasipat niya sa side mirror si Leigh Anne. Nakatayo ito at may kargang bata. Ipinagtataka niya lang kung anak ba nito ang bata o pamangkin. Hindi naman kasi ito nagkukwento ng tungkol sa personal na buhay at hindi niya rin naitanong ang tungkol sa bagay na 'yon. Hininto niya ang sasakyan dahil na-sense niya ang pag-aalala sa mukha ni Leigh Anne.

"Lala, akala ko nakauwi ka na. Sino 'yang batang karga mo?" mabilis na tanong niya pagkababa pa lang sa kotse.

"Sir, mabuti na lang at nakita ko kayo. Anak daw ito ni Josh. Nagpunta rito ang bata dahil gusto raw makita ang tatay nito. Kaso, hindi niya kabisado ang address nila. Wala na rin akong mapagtanungan dahil sarado na," paliwanag naman ni Leigh Anne. Isinantabi na lang niya muna ang sama ng loob niya sa binata. Mas mahalagang maiuwi nila nang ligtas ang anak ni Josh.

"Alam ko kung saan siya nakatira Lala. Tara na, ihatid na natin ang bata," mungkahi ni Jarred. Di na nag-alinlangan pa si Leigh Anne at isinakay niya rin papasok sa loob ang bata.

Isang oras pa ang kailangang gugulin para marating ang bahay ni Josh. Alam ni Jarred kung saan ito nakatira dahil minsan na siya nitong naimbitahan sa isang company celebration na ginanap sa bahay ni Josh. Kahit magkatunggali sila ngayon, naging mabuting magkaibigan at magkatrabaho pa rin sila noon.

Nakatulog na nga ang batang lalaki. Nasa backseat ito at gano'n din si Leigh Anne na narinig niyang tumawag sa mga kaibigan nito at nagsabing hindi na siya makakatuloy sa pupuntahang KTV bar.

"Lala..."

Napahinto si Leigh Anne sa pag-browse sa cellphone dahil biglang nagsalita si Jarred.

"Bakit?" kinakabahang tanong ni Leigh Anne. Basta na lang niyang na-sense na may sasabihing mahalaga ang kanyang amo sa timbre ng pananalita nito. Sana lang ay hindi na tungkol sa alitan nila kanina.

"Mamaya puwede ba tayong mag-usap? Kapag naihatid na natin ang bata," tugon pa ni Jarred. Sa kalsada ang focus niya habang nagmamaneho at panaka-nakang sumusulyap kay Leigh Anne mula sa rear view mirror.

"Okay Sir. No problem. Pero sana, hindi na 'yong personal na bagay," ngiting tugon ni Leigh Anne. Napasinghap tuloy siya at napatingin na lang sa bawat view sa labas na nadaraanan nila.

***

Nag-aalangang kumatok si Jarred at Leigh Anne sa pinto ng bahay ni Josh. Kanina pa sila nakatayo sa labas at naririnig nila ang batuhan ng argumento ni Josh at ng asawa nito.

"Lagi ka kasing busy! Nakakalimutan mo na may pamilya kang dapat uwian! Kapag may nangyaring masama kay Cholo ikaw ang sisisihin ko!" singhal ng babaeng asawa.

"Ako pa ang may kasalanan? Ginagawa ko 'to para may pambayad sa operasyon ng nanay mo! Mali ba 'yon huh? Saan ba ako lulugar?" di patatatalong sigaw din ni Josh.

Sa puntong iyon ay napaisip si Jarred. May matinding dahilan pala kung bakit over competitive si Josh para makamit ang inaasam na posisyon sa Serenity Life. Naawa siya sa katunggali. Tila nagkaroon pa ng reason para mag-give up siya sa pangarap niya na maging CEO. Napasinghap siya nang balingan si Leigh Anne na tila apektado sa mga narinig.

"Lala, kunin na muna natin 'yong bata para maibalik na sa parents niya," malumanay na sambit niya sa dalaga.

Bumalik sila sa kotse ni Jarred na naka-park lang sa tapat ng bahay ni Josh. Ilang saglit pa ay kinatok na ni Leigh Anne ang pinto, habang si Jarred naman ang kumarga sa batang tulog pa rin dahil sa pagod nito sa pagluha.

"Cholo!" bulalas ng asawa ni Josh pagkakita pa lamang na karga ni Jarred ang anak nito.

"Nakita siya ng assistant ko malapit sa Serenity Life building at umiiyak siya," saad pa ni Jarred.

Mangiyak-ngiyak tuloy na lumapit si Josh.

"Leigh Anne, thank you. Actually, siya lang siguro ang nag-commute papunta doon. He's only 9, I can't imagine he did that to see me. Sabi niya kasi sa mom niya, nami-miss na daw niya ako. At alam niyang nag-away din kami ng mom niya. Hindi namalayan ng asawa ko na nakatakas siya dahil nag-grocery lang siya saglit," paliwanag ni Josh upang bigyang linaw na hindi naman siya naging pabaya sa anak.

"Mabuti na lang at sinabi niya ang pangalan mo at magkamukha kasi kayo, natumbok ko agad na ikaw nga 'yong Josh na sinasabi niyang tatay niya raw," sagot pa ni Leigh Anne habang may kalakip na ngiti sa labi.

"Hindi ko lubos maisip na kahit magkatunggali tayo, magagawa n'yo pa rin akong tulungan. Salamat talaga." Kulang na lang ay lumuhod si Josh sa harap nina Leigh Anne at Jarred dahil sa paulit-ulit nitong pasasalamat.

"Kung sa'min man ni Leigh Anne nangyari 'yon at nawala ang anak namin, gano'n din siguro ang mararamdaman naming pag-aalala. Saka isinasantabi ang work issues sa personal na buhay Josh. I always keep that in my head," dire-diretsong tugon ni Jarred without thinking that his words made Leigh Anne puzzled.

"Wait Jarred, don't tell me that you and Leigh Anne turned into lovers? Kaya ba siya nawala? So, tama papa talaga ako." Nangislap ang mga mata ni Josh at nagkasabay pa sa pag-iling sina Leigh Anne at Jarred.

"Nagbibiro lang ako, wala kaming relasyon. Kunwari lang, ginawa ko lang sample 'yong sitwasyon," naiiling na depensa ni Jarred sabay sulyap kay Leigh Anne na nakakunot-noo. He wanted to punch himself, those words came out of nowhere but he still let it out. Kung maari lang bigyan ni Leigh Anne ng kahulugan ang birong 'yon, bibigyan na talaga niya at magvvolunteer pa siyang maging asawa ni Jarred.

Matapos paunlakan ang dinner ng pamilya ni Josh, kinuha na rin ni Josh ang pagkakataon na kausapin sina Jarred at Leigh Anne.

"May nagawa pala akong mali. Lalo na kay Leigh Anne," malungkot na panimula ni Josh.

"What's that? Ikagagalit ba niya?" tanong pa ni Jarred.

"At ikagagalit mo rin," tugon naman ni Josh at nahihiyang tumingin kay Leigh Anne.

"Ms. Leigh Anne, hindi totoo 'yong sinabi ko na nagpapakitang-tao lang si Jarred. Alam ko kung gaano siya kabuti sa kapwa niya. Ginawa ko lang iyon dahil insecure ako. Aminado naman kasi ako na mas matalino si Jarred at posible talaga na siya ang piliin na maging CEO sa bandang huli," pag-amin pa ni Josh na mas lalong nagpagulo sa isip ni Jarred.

"So it turns out, na ikaw pala ang may kasalanan kung bakit umiyak si Leigh Anne at sumama ang loob sa'kin?" pagkwestyon ni Jarred.

Marahang pagtango lang ang naging sagot ni Josh. Sa puntong iyon, parang nabunutan ng tinik sa lalamunan si Leigh Anne at napatingin lamang kay Jarred.

"Kung sasaktan mo ako, gawin mo na," sabi pa ni Josh. Ngunit natawa lang sa kanya si Jarred.

"Hindi ko kayang pagbuhatan ng kamay ang kahit sino," giit pa ni Jarred saka ngumiti. "Pero salamat sa pag-amin ng kamalian mo. At least, baka may pag-asa pa na magkaayos kami ni Leigh Anne.

Napayuko na lang si Leigh Anne at itinago ang ngiti sa mga labi niya sa sandaling iyon.

Chapter 21

Kapwa walang imik sina Leigh Anne at Jarred habang lulan sila ng sasakyan galing sa bahay ni Josh. Hindi na kasi nila natanggihang dinner invitation nito kaya napagabi na rin sila sa daan. Marami din silang napag-usapan pa matapos ang pag-amin ni Josh sa sarili nitong kamalian at 'di lubos maisip ni Leigh Anne na close pala sina Jarred at Josh kahit magkalaban sila sa loob ng Serenity Life. Panay kasi ang bangayan at obvious na patalbugan ng dalawa.

"Inaantok ka na siguro." Si Jarred na ang unang bumasag sa katahimikan.

"Medyo," tugon ni Leigh Anne saka pineke ang paghikab. She just wanted to stay silent until they reach her house. Ngayon, iniiisip niyang iwaksi ang nararamdaman para kay Jarred pero ngayong pinaglalapit naman sila ng pagkakataon, lalong lumalakas ang tibok ng puso niya. Dapat niyang pigilan iyon. Hangga't hindi umaamin si Jarred o hindi nito nililinaw na may gusto ito sa kanya, dapat niyang pigilin ang sarili niyang damdamin. Malapit na silang magkalayo, there's no need to hold her unrequited love for him. Alam niyang wala naman siyang mapapala kay Jarred kahit pa sinabi ni Josh na nagsinungaling lang siya para siraan si Jarred.

"Sige. Gigisingin na lang kita," malumanay na tugon ni Jarred, tila musika sa pandinig ang malamyos nitong tinig. Mase-sense ng kahit sino ang pag-aalaga sa boses ni Jarred.

Napatango si Leigh Anne at ipinikit ang mga mata kahit 'di pa siya inaantok. Baka sakaling makatulog siya habang nakapikit.

Sa loob lamang ng kalahating oras, nasa tapat na rin ng bahay sina Leigh Anne at Jarred. Marahan niyang tinapik ang balikat nito at hindi naman siya nabigo na gisingin ito.

"Sorry, napahaba yata ang tulog ko," paumanhin ni Leigh Anne saka kinusot-kusot ang mga mata.

Jarred grinned. "Ayos lang. Sige, matulog ka na rin. Goodnight."

"Maraming salamat, ikaw din matulog na agad pag-uwi," Leigh Anne reminded him. Tinatanggal na niya ang seatbelt na nakasukbit sa kanya ngunit bigla namang nagsalita si Jarred.

"Lala..."

"Sir?" Napaigtad si Leigh Anne nang salubungin ang tingin ni Jarred. Tila may ibig ipakahulugan ang mga titig nito sa kanya. Those stare almost touched her soul.

"May sasabihin ka pa ba? Kasi uuwi na ako Sir," untag ni Leigh Anne.

"Huwag mo akong iwan. Puwede ba?" nalungkot na pakiusap nito.

"Hindi pa naman ako aalis, Sir. Ano bang ibig n'yong sabihin?"

"Leigh Anne, I love you."

"Sir? Ano kamo? Mahal ninyo ako?" maang-maangang tanong ni Leigh Anne. Nagdulot ng kakaibang ligaya ang puso niya dahil sa narinig. She can tell that Jarred isn't drunk, hindi niya naaamoy ang alak habang nakalapit dito. At alam niyang hindi ito nagkaroon ng pagkakataon na uminom kanina nang makita siya nito.

"Y-yes," nagkandaumid na tugon ni Jarred.

"Sir, mananatiling hanggang dito lang ang ugnayan natin sa isa't isa. Baka nalilito lang kayo." She can't look at his eyes. Wari niya'y natutunaw siya habang pinupukol ng tingin ni Jarred. She dreamed of him to love her back. But that was before, ayaw niyang maging hadlang sa mga pangarap ng binata. Napakaimposibleng magustuhan siya nito. They're not on the same level. Ang tulad ni Jarred ay napakahirap abutin at napakalaking issue sa Serenity Life kung magkakaroon sila ng relasyon. Kahit pa sinabi na ni Josh kung gaano ka-sincere sa kanya si Jarred.

"Huwag kang umalis. Huwag kang pupunta sa ibang bansa—"

"Paano n'yo nalaman ang tungkol doon?" naguguluhang tanong ni Leigh Anne at hindi pa rin tumitingin nang diretso kay Jarred.

"Hindi na mahalaga kung kanino ko nalaman, okay? Basta, huwag kang aalis." Punong-puno ng pakikiusap sa mga mata ni Jarred ngunit naiinis siya dahil 'di naman iyon nakikita ni Leigh Anne. Panay lang ito iwas ng tingin sa kanya.

"Alam ko na, kay Ms. Rena." She let out a heavy sigh twice. "Uuwi na ako Sir Jarred. Siguro pagod ka lang kaya kung anu-anong nasasabi mo."

Mabilis na lumabas sa kotse si Leigh Anne at pumasok na sa loob ng bahay. Binalot siya ng matinding kaba at saya. Ito na nga, nangyari na ang pantasya niya noon pero bakit umaarte pa siyang pa-hard to get? Pagkapasok niya pa lang sa bahay, namataan niya si Klein na nanonood pa rin ng telebisyon.

"Bakit nanonood ka pa? Gabi na ah, wala ka bang exam?" sita niya sa kapatid.

"Tapos na po ang finals ate. Saka bakit hindi mo papasukin muna ang bisita mo? Saan ba kayo galing? Gabi na rin ah." Tila may nais ipahiwatig ang timbre ng boses ni Klein. Animo'y binubuyo siya nito.

"Si Sir Jarred lang 'yon," nakairap na tugon ni Leigh Anne at nakinood na lang din sa tv nang isalampak ang sarili sa maliit na sofa.

"Ah, 'yong first love mo?"

"Tumigil ka nga!"

Itinirik ni Leigh Anne ang mga mata at muling itinuon ang sarili sa panonood, isang kdrama na tagalized at ang eksena ay confession ng bidang lalaki sa bidang babae. Napanganga siya nang tuluyan.

'Siguro pareho kami ng nararamdaman ng female lead, mukhang gulat at kinikilig kaso nagtitimpi lang dahil nakakahiya. Kaya lang, maganda siya at ako— nevermind,' kastigo niya sa sarili kahit hindi man lang isinasatinig ang mga salitang iyon.

"Hindi pa siya umaalis oh, 'di ka yata nag-goodbye kiss. Nagtampo yata, teka lalabas muna ako," ani Klein at ginawa nga kung anong sinabi. Hindi na siya napigilan ni Leigh Anne. Sinilip niya mula sa bintana kung anong gagawin ni Klein kay Jarred. Namataan niyang nag-uusap ito at pumasok pa si Klein sa loob ng kotse.

"Hay naku! Ano bang pinag-uusapan nila?"

Saka lang siya bumalik sa panonood ng TV nang lumabas na si Klein at pinaandar na rin ni Jarred ang kotse nito.

"Anong napala mo?" maang-maangang tanong ni Leigh Anne.

"Wala naman. Yayayain ko pa naman sana siyang kumain kaso busog pa raw siya eh. May niligtas ka palang bata, ang bait mo nga daw eh. Mukhang gusto ka na rin niya," natutuwang saad ni Klein.

"Matutulog na 'ko!" Padabog na kumilos si Leigh Anne hangga't sa makarating sa sariling silid. Kinapa niya ang kanyang dibdib, malakas pa rin ang kabog nito.

'Hindi ako nananaginip, umamin sa'kin si Sir Jarred pero hindi ko alam kung sincere ba siya. Paano ko malalaman kung sincere o hindi?'

Napayakap tuloy siya sa unan at nagpaantok na lang.

Chapter 22

The next day, balik na ulit sa trabaho si Leigh Anne. She doesn't know how to act properly in front of her boss after that confession. Pero ang iniisip niya ay kung paano pakikituguhan ito kahit awkward na ang sitwasyon. Pagpasok niya sa office, seryosong Jarred na ang bumungad sa kanya. Ni hindi man lang siya binati o kaya tiningnan. Leigh Anne ignored that. Dumiretso na lang siya sa sariling desk at sinimulan kaagad ang trabahong hindi natapos. Tama lang ang paninindigan niya na huwag nang ibigin pa si Jarred dahil sa pagbabago nito ng mood. Bahala nang lumipas ang ilang oras na magkasama sila sa iisang office, basta dapat lagi siyang busy. Hindi pa nga umiinit ang puwet niya sa upuan, nag-ring kaagad ang telepono kaya napilitan siyang tumayo at sagutin iyon.

"Wait a minute Ma'am, I will just tell Sir Jarred." Panandaliang inilayo niya sa tainga ang telepono.

"Sir, kailangan daw kayong makausap ni Sir Fontabella." Pormal ang pagkakasabi niya rito.

"Okay. Paki-transfer sa'kin ang tawag," malamig na pagkakasabi ni Jarred na mabilis namang sinunod ni Leigh Anne.

Naiiling na bumalik sa desk si Leigh Anne. Parang tinutusok ng karayom ang puso niya dahil nanumbalik na naman ang pakikitungo sa kanya ni Jarred noong baguhan pa lamang siya sa Serenity Life.

"Okay Sir. I will go to your room after an hour," pakli ni Jarred at ibinaba na ang telepono.

Namayani muli ang katahimikan sa office. Pinilit ni Leigh Anne ang pagfo-focus sa files na ini-encode pero mas nangingibabaw pa rin ang thought na muling lumamig ang pakikitungo ni Jarred sa kanya.

Lumipas ang kalahating oras na walang pansinan ang dalawa. Tumikhim si Jarred at tumayo sa kinauupuan niya. Hinugot niya sa drawer ang notebook na pinakaiingatan ni Leigh Anne, ang diary nito. At walang kaimik-imik na inilapag ni Jarred sa desk ni Leigh Anne ang notebook na lubusang ipinagtaka ng dalaga.

Natameme lang si Leigh Anne. Akala niya'y nawala nang tuluyan ang diary pero sa kabutihang palad, nadampot pala ni Jarred. Siguro nadampot iyon nang mag-walk out siya dahil kay Mr. Romulo. Namula tuloy ang pisngi niya sa kahihiyan at isa-isang binuklat ang pages ng diary notebook, wala namang napigtas na pahina doon hangga't sa napadpad siya sa pinakadulo.

"Ms. Lala, nabasa ko na ang lahat. No need to hide your feelings, I feel the same way for you. Love me, my lady!"

Mabilis na kumaripas si Leigh Anne ng takbo palabas. Alam niyang papunta si Jarred sa office ni Mr. Fontabella kaya doon na rin siya magpupunta at maghihintay sa paglabas ng binata. She has to explain and clarify things for him. Kailangan na niyang ilaban ito dahil kung hindi, baka pagsisihan niya lang sa bandang huli.

***

"Are you sure Jarred? Honestly, ang project ninyo ni Leigh Anne ang napili namin kaya nakakapanghinayang na bibitiw ka na sa kompetisyon ninyo ni Josh," malungkot na tanong ni Mr. Fontabella. "Ikaw na ang ia-announce na CEO. Hindi ka masaya?"

Desidido na si Jarred na pakawalan ang pangarap dahil may mas mataas na pangarap pa palang gusto niyang maabot— si Leigh Anne.

"Yes Sir. Buo na po ang desisyon ko. At isa pa, deserving si Josh. Mas kailangan niya 'to para sa pamilya niya. While me on the other hand, I don't have a family yet. At naisip ko na walang sense ang ambisyon ko dahil hindi pa pala ako fully motivated. My mom forced me way back then, but we already reconciled and she listened to my sentiments. She told me that it's up to me if I concede or not. Bahala na po kayong mag-decide basta ako, I'm losing my motivation to pursue the CEO position," pag-amin ni Jarred.

Pagak na natawa ang ginoo. "I admire you more. I think you need a break too after this. Ilang years ka nang employed pero 'di ko nakitang nag-a-unwind ka. What's your plan?"

"Magpapakasal."

"Oh, kaya naman pala. Pinana ka na ni Kupido. Akala ko puro trabaho lang ang iniisip mo at robot ka. Hulaan ko, 'yong model ba ng project na si Ms. Leigh Anne ang gusto mo? Iyong dating sinusungitan mo?" Nangislap ang mga mata ni Mr. Fontbella nang ibato nito ang seryosong katanungan na dapat sagutin ni Jarred.

"Paano n'yo nalaman?" Tinubuan ng hiya si Jarred sa sandaling iyon.

"Because your eyes were smiling every time you took a glance at her. You proudly talk about her. You put her on a pedestal. When you look at her, it seems like she's the only person in the crowd. You never look at someone in a gorgeous way if you're not into her. Your eyes say it all— you admire her beauty, inside and out. It's like you were searching for something that your naked eyes can't see— her soul because you're not a mind reader. You want to know if she feels the same way about you. Admit it before somebody else take her away from you."

Punong-puno ulit ng determinasyon si Jarred matapos marinig ang payo ni Mr. Fontabella. "Yes po, gagawin ko na. Kailangang mapaamin ko na siya."

"So congrats, hindi dahil CEO ka na, kung hindi—congrats dahil sasagutin ka na ni Ms. Leigh Anne," habol na tugon ni Mr. Fontafella bago siya makalabas ng office.

"I hope so, Sir!"

After a while, pinayagan na rin ni Mr. Fontabella na magsalita ang announcer sa buong building ng Serenity Life para i-announce kung sino ang napiling CEO.

"Congratulations, Mr. Josh Juan! Our new CEO!" sabi ng announcer na dumadagundong ang mayuming tinig sa samo't saring speakers na nakakalat sa buong building.

Abot tainga ang ngiti ni Jarred matapos niyang marinig ang announcement. Naniniwala siyang matutuwa si Josh sa balita at baka nga walang humpay ang pagtalon nito dahil sa tuwa.

***

Laking gulat ni Jarred nang bumungad si Leigh Anne pagkalabas niya sa office. Pansin niya ang panginginig ng katawan nito nang magsalubong ang kanilang tingin.

"Better tell me why you followed me here," aniya sa baritonong boses.

Napalunok si Leigh Anne at makailang beses pang tumikhim dahil tila may bikig sa kanyang lalamunan para mahirapan siyang magsalita.

"Dahil sa diary. Sana tinapon mo na lang at hindi mo na binasa," nahihiyang pag-amin ni Leigh Anne.

"Kung binasura ko 'yon, para ko na ring binasura ang pagkakataon na magkalapit tayong dalawa. At dahil sa diary, nalaman kong mahal mo pa rin ako gaya noong nasa high school pa tayo," nangingiting paliwanag ni Jarred.

"Sir, kalimutan mo na—"

"Bakit ko kalilimutan? Eh hindi rin kita makalimutan, Lala." His eyes were pleading again. Then, he smirked.

"Mag-usap tayo sa labas mamaya, okay?"

"Okay Sir."

"Please drop the formality, magiging boyfriend mo na ako." He winked before he left.

Ngayon, sasadyain muna ni Jarred ang katunggaling si Josh. Mamaya na ang personal na issues niya kay Leigh Anne, madali lang naman ang bagay na 'yon. Hindi na siya kumatok pa dahil bumukas agad ang pinto sa office ni Josh. Parang may pupuntahan ito dahil may nase-sense siyang pagmamadali sa kilos.

Chapter 23

"Ikaw nga ang sadya ko eh, pero nandito ka na rin. So pasok sa office ko," paanyaya ni Josh at mabilis namang pinaunlakan ni Jarrred.

"Bakit ka nag-give way para sa'kin? Wala ka bang tiwala sa sarili mo?" usisa ni Josh. Nababakas din sa tinig niya ang lungkot kahit na-announce naman na siya ang magiging bagong CEO ng kompanya.

"Kung tiwala lang naman sa sarili, marami ako no'n. Baka ikaw ang wala, mukha ka kasing insecure pag nakikita mo ako. I bet you wished to be like me," biro pa ni Jarred na ikinangisi lang ni Josh.

"Sa'yo pa talaga? Na biglang naguluhan dahil sa babae? No way," pambubuska ni Josh.

Umarko ang kilay ni Jarred at bahagyang bumungisngis. "At least, hindi mo na kailangang gumawa ng kasinungalingan para sirain kami. Ngayon, nakuha mo ang gusto mo so ako naman, hindi ko hahayaang mawala ang gusto ko."

"Obvious namang mahal mo siya. Pansin na namin 'yon at mas napatunayan lang noong ipatanggal mo raw si Mr. Romulo sa mga shareholder ng kompanya. Saka, hindi gano'n tumingin ang isang lalaki kung wala kang gusto sa babaeng kaharap mo. Napatunayan ko na noong isang gabi na mahal mo nga si Leigh Anne. So, paano ba 'yon? Nadagdagan na naman ang utang na loob ko sa'yo dahil sa pag-concede mo." Kahit papaano'y nanghinayang din si Josh dahil mami-miss niya ang petty arguments nila ni Jarred.

"Wala 'yon, libre mo na lang ako kapag sumahod ka nang malaki bilang CEO. At sana, kahit busy ka, 'wag mong kalimutan ang pamilya mo. Okay?" Jarred gently tapped his former opponent's shoulder.

"Noted on this, Boss Jarred. Goodluck sa pag-amin mo," tugon ni Josh.

Binalikan niya si Leigh Anne at nagkasundo silang dumiretso sa tahimik na lugar, sa bahay bakasyunan ni Jarred. Binyahe nila papunta doon sa loob lamang ng dalawang oras.

"Bakit dito pa? Ano bang mayro'n?" curious na tanong ni Leigh Anne.

"Kasi hinihintay ka ng family ko sa loob. Tara na," ani Jarred at hinawakan nang marahan ang kamay ni Leigh Anne.

"Pero saglit lang. Ang bilis naman nito." Napayuko si Leigh Anne at napakagat-labi.

"Come on, pangarap mo 'to. Tinutupad ko lang. It's written on your diary, na kung magkatuluyan tayo, ipapakilala kita sa parents ko at saka tayo magpapakasal. Ikaw ang kauna-unahang babae na dinala ko rito kaya 'wag ka nang umarte huh?" Jarred teased.

Nanatiling parang tuod si Leigh Anne na 'di pa rin makapaniwala sa nangyayari ngayon. Wala siyang kamalay-malay na naisandal siya ni Jarred sa pader dahil wala pa siya sa wisyo.

"You don't have to doubt about it. Mahal kita, basta 'yon na 'yon," masuyong bulong ni Jarred. Unti-unti niyang inalapit ang mukha kay Leigh Anne at napapikit ito.

"Waiting for a kiss?" nanunudyong tanong pa ni Jarred. He also pressed his nose against Leigh Anne's cheek. He won't kiss her unless she says yes. Just a little tease will do.

Nang mamataang tumango si Leigh Anne, saka lang siya gumawa ng move. He gently gave her a kiss. It's also part of Leigh Anne's dream. Finally, hindi na siya magnanakaw ng halik gaya nang ginawa niya kay Jarred noon sa library. Ngayon, siya na lang ang magsasawa. Milyun-milyong boltahe ng kuryente ang biglang nanalatay sa kanyang katawan lalo nang tugunin niya ang halik nito. Sa sobrang kilig ay naikawit niya ang magkabilang braso sa leeg nito at ilang minuto pa ang lumipas bago sila huminto.

"Mahal mo pa rin talaga ako, I can tell it by the way you kiss me," hingal na sambit ni Jarred.

"Wala namang nagbago. Salamat. Paano pala kapag nalaman nila?" Bakas ang pag-aalala sa boses ni Leigh Anne.

"No need to worry, pinaubaya ko na kay Josh. Sinabi ni Klein na magkasabay na kayong aalis patungong

Belgium. Puwede bang sumama? Para makilala ko ang tatay mo."

"Oo naman, I love you!" wala nang pag-aalinlangang bulalas ni Leigh Anne.

"Mas masarap palang marinig kaysa mabasa lang. I love you more," masuyong turan naman ni Jarred at ginawaran ng mahigpit na yakap ang dalaga.

Never in his life before that he will think of prioritizing his lovelife over his career. Pero wala siyang pagsisisi, masaya palang umibig sa isang tao na hindi man lang nagsawang mahalin siya sa kabila ng mahabang panahon.

Wakas.

Michielokim

About the Author

Michelle Erbito

Michelle Erbito earned an associate's degree in computer science in 2013. She has been passionate about writing since elementary school, and while in college, she worked on scripts for school play events. After reading Tagalog and English romance pocketbooks, as well as numerous Lualhati Bautista books, she was inspired to write her own novel. She also enjoys listening to music. She enjoys musicians and attends concerts and music festivals on a regular basis. She used to compete in singing contests and practice art in addition to her writing enthusiasm. She worked as an office employee for a printing and logistics company for over eight years. To pursue her passion, she quit her full-time job and opened a small printing and stationery shop. She also goes by the pen names Michielokim, Michielokim16, and Chella Seo since she began to participate in some online writing platforms.

www.ingramcontent.com/pod-product-compliance
Lightning Source LLC
LaVergne TN
LVHW041950070526
838199LV00051BA/2977